അസ്ഥികൂടം പറഞ്ഞ കഥ

children's literature

asthikudam paranja kadha

•

ashraf kavil

•

first edition
september 2016

•

typesetting
megha

•

published
chintha publishers, thiruvananthapuram

•

printed
akshara offset, thiruvananthapuram

•

cover & illustration
sudheer p y

വിതരണം

ദേശാഭിമാനി ബുക്ക് ഹൗസ്

H O തിരുവനന്തപുരം-695 035
phone: 0471-2303026, 6063026
www.chinthapublishers.com
chinthapublishers@gmail.com

ബ്രാഞ്ചുകൾ

ഹെഡ്ഡാഫീസ് ബ്രാഞ്ച് കുന്നുകുഴി • സ്റ്റാച്യു തിരുവനന്തപുരം • കെ എസ് ആർ ടി സി ബസ് സ്റ്റേഷൻ ആലപ്പുഴ • കെ എസ് ആർ ടി സി ബസ് സ്റ്റേഷൻ എറണാകുളം • മച്ചിങ്ങൽ ലെയ്ൻ തൃശൂർ • ഐ ജി റോഡ് കോഴിക്കോട് • മാവൂർ റോഡ് കോഴിക്കോട് • എൻ ജി ഒ യൂണിയൻ ബിൽഡിങ് കണ്ണൂർ • സെൻട്രൽ ബസ് ടെർമിനൽ കോംപ്ലക്സ് താവക്കര കണ്ണൂർ

CO - 2401 / 3949
ISBN - 978-93-86112-80-4

അസ്ഥികൂടം പറഞ്ഞ കഥ

ബാലസാഹിത്യം

അഷ്റഫ് കാവിൽ

ചിന്ത പബ്ലിഷേഴ്സ്
തിരുവനന്തപുരം-695 035
വില :₹ 100

അഷ്റഫ് കാവിൽ

മലപ്പുറം ജില്ലയിലെ വാഴക്കാട്-ചെറുവട്ടൂർ യു പി സ്കൂളിൽ അദ്ധ്യാപകൻ. ആകാശവാണി കോഴിക്കോട് നിലയത്തിൽ കഥകളും കവിതകളും അവതരിപ്പിക്കാറുണ്ട്. കവിതാ രചനയ്ക്ക് പൊതുവിദ്യാഭ്യാസവകുപ്പിന്റെ സംസ്ഥാനതല പുരസ്കാരങ്ങൾ മൂന്നുതവണ (2000, 2003, 2006) ലഭിച്ചു. കെ എസ് ടി എ കവിതാ അവാർഡ്, അറ്റ്ലസ് കൈരളി അവാർഡ് എന്നിവ ലഭിച്ചു. ബാലസാഹിത്യത്തിന് 2008 ലെ അദ്ധ്യാപക സാഹിത്യവേദി സംസ്ഥാന അവാർഡ്; *സ്നേഹനിലാവ്* എന്ന നോവലിനും, *തവളയെ വിഴുങ്ങുന്ന കുട്ടി* (ചിന്ത പബ്ലിഷേഴ്സ്) എന്ന നോവലിന് 2011 ലെ പ്രൊഫ. ജോസഫ് മുണ്ടശ്ശേരി അവാർഡും ലഭിച്ചു.

ഇമയില്ലാത്ത കണ്ണുകൾ (കവിതാ സമാഹാരം), ചൂണ്ടൽ, കുഞ്ഞാലി, പളുങ്ക്, തേൻവരിക്ക എന്നിവയാണ് പ്രധാന കൃതികൾ.

ഭാര്യ : ആയിഷ
മൂന്നുമക്കൾ

വിലാസം : മുഹബത്ത്
കെ കെ പുറം
രണ്ടത്താണി 676510
മലപ്പുറം.

ഫോൺ : 0494-2619074

ഉള്ളടക്കം

പ്രസാധകക്കുറിപ്പ്

ഫ്ളാറ്റിലെ ഒമ്പതാം നിലയിൽനിന്ന് മഴകാണുന്ന കുട്ടി – നന്ദു. നഗരത്തിലേക്കു പറിച്ചുനടപ്പെട്ടവൻ. നഗര കുതൂഹലങ്ങളിൽ അവൻ ഒരു അസ്ഥികൂടത്തെ കാണുന്നു. ഡോക്ടറായ അമ്മാവന്റെ ചികിത്സാലയത്തിലെ കണ്ണാടിക്കൂട്ടിൽ. അസ്ഥികൂടം തന്റെ കഥ നന്ദുവിനോടു പറയുന്നു. അസമത്വത്തിന്റെയും അനീതിയുടെയും സമാകലത്തിൽ നില്ക്കുന്ന നന്ദുവിനോട് താൻ വന്ന വഴികൾ പറയുകയാണ് അസ്ഥികൂടം. കണ്ടൻ എന്നായിരുന്നു പേര്. കണ്ടൻ ഒരു കർഷകത്തൊഴിലാളിയായിരുന്നു. ജന്മിമാർ ഭരിച്ച കാലം, തീണ്ടലിന്റെ, സ്വാതന്ത്ര്യമില്ലായ്മയുടെ ആ കാലത്ത് പൊരുതി നിന്ന മനുഷ്യർ. അവർക്ക് വെളിച്ചം പകർന്നവർ. ഒപ്പം നടന്നവർ. പോരാടി നിന്നവർ. നമ്മുടെ നാടുണർന്നതെങ്ങനെ എന്നറിയാനാഗ്രഹിക്കുന്ന ഓരോ കുട്ടിയും വായിച്ചിരിക്കേണ്ട നോവൽ.

ചിന്ത പബ്ലിഷേഴ്സ്

1

കൂട്ടിലെ തത്ത

വർഷത്തിലെ ആദ്യ മഴയായിരുന്നു...........

പതിമൂന്നു നിലകളുള്ള ഫ്ളാറ്റിലെ ഒമ്പതാം നിലയിൽ, കട്ടി ഗ്ലാസിൽ മുഖം ചേർത്ത് നന്ദു മഴയെ കണ്ടു.

ഗ്ലാസിലൂടെ, അവനെയൊന്നു തൊടാൻ വയ്യാത്ത സങ്കടത്തോടെ മഴ ഊർന്നിറങ്ങി. അല്പനേരം മഴയെ നോക്കിനില്ക്കുമ്പോഴേക്കും അടുക്കളയിൽനിന്നും ആന്റിയുടെ ശബ്ദം കേട്ടു – "നന്ദൂ.... ശർമ്മസാർ ഇപ്പോ വരും.... ഹോംവർക്കെല്ലാം ശരിയാണെന്ന് ഉറപ്പുവരുത്തിയോ?"

അവൻ എന്തോ ഒരു മറുപടി പറഞ്ഞു. ബാൽക്കണിയിൽനിന്നും താഴേക്ക് നോക്കിനില്ക്കുന്നത് ആന്റിക്ക് ഭയമാണ്. വെറുതെ ഒന്നു പുറത്തിറങ്ങി കാഴ്ചകൾ കണ്ട് വരട്ടേയെന്ന് ചോദിച്ചാലോ പിന്നെ ഗുണദോഷിക്കലായി. പട്ടണത്തിലെ കിഡ്നാപ്പിങ് ഗ്യാങ്ങിനെക്കുറിച്ചുവരെ പറഞ്ഞുകളയും.

ആന്റിയെ ഇതിലൊന്നും കുറ്റംപറഞ്ഞിട്ട് കാര്യമില്ലെന്ന് അവനു തന്നെയറിയാം.... പറഞ്ഞിട്ടെന്താ, അടച്ചിട്ട മുറിയിൽ ഒരു തത്തക്കുഞ്ഞിനെപ്പോലെ കഴിയുക. ഇതിൽപ്പരം ബോറ് പരിപാടിയുണ്ടോ?

സമയത്തിന് ഭക്ഷണം, ടി വി, കമ്പ്യൂട്ടർ–എല്ലാമുണ്ട്. ഒന്നു മാത്രമില്ല.... ഗ്രാമത്തിൽ, അവനനുഭവിച്ചിരുന്ന ആ സ്വാതന്ത്ര്യം.

മഴ പെയ്യുമ്പോൾ മഴയോടൊത്ത് കളിക്കണം. ആടണം, പാടണം... ഇതൊക്കെയായിരുന്നല്ലോ അവന്റെ ആനന്ദം.....

ഇല്ലിവേലികെട്ടിയ പറമ്പിനുനടുവിൽ, തേയ്ക്കാത്ത ചുവരുകളും, പ്രാവുകൾ കുറുകുന്ന മച്ചകങ്ങളുമുള്ള പഴയ തറവാട്ടുവീടിനെ അത്രയ്ക്കിഷ്ടമായിരുന്നു അവന്....

മുത്തശ്ശിയുണ്ടാക്കുന്ന മാങ്ങാപ്പുളിശ്ശേരി.....

അമ്മയുണ്ടാക്കുന്ന ഗോതമ്പു പായസം.....

കൂട്ടുകാരോടൊത്തുള്ള മുങ്ങിക്കുളി.

മാങ്ങാക്കാലത്തിനുള്ള കാത്തിരിപ്പ്. 'ചടപടാ' വീഴുന്ന മധുരമാങ്ങകൾ വാശിയോടെ ഓടിയെടുത്ത് സ്വന്തമാക്കി അഹങ്കരിച്ചിരുന്ന കാലം.

ഓണത്തിനുള്ള വിളി, പൂപറിക്കാനുള്ള സംഘംചേരൽ.... ഒക്കെ അവന്റെ മനസ്സിലുണ്ടായിരുന്നല്ലോ.

അച്ഛൻ പെട്ടെന്ന് മരിച്ചതാണ് കാര്യങ്ങൾ തകിടംമറിച്ചത്. അച്ഛനെക്കുറിച്ചോർത്തപ്പോൾ അവന് കരച്ചിൽ വന്നു.

കട്ടിമീശ നിറഞ്ഞ ആ മുഖത്ത് "നന്ദൂ" എന്ന് വിളിക്കുമ്പോൾ വിരിയുന്ന സ്നേഹം. കാണുമ്പോഴുള്ള ഗൗരവംമാത്രമേ അച്ഛനുണ്ടായിരുന്നുള്ളൂ. ഉള്ളിന്റെയുള്ളിൽ പാവത്താനായിരുന്നു അച്ഛൻ. അച്ഛൻ എന്തിനെങ്കിലും വാശിപിടിക്കുമ്പോൾ മുത്തശ്ശി പറയുന്നതുകേട്ട് അവൻ എത്രയോ വട്ടം ചിരിച്ചുപോയിട്ടുണ്ട്.

"നീയൊരു പാവത്താനായിപ്പോയല്ലോ അച്ചോ.... ഈ കുംഭം പിറന്നാ വയസ്സ് നാൽപ്പത്തിയാറാ.... ചെറ്യകുട്ട്യല്ല നീയ്യ്...."

ഓഫീസിൽനിന്ന് വരുമ്പോൾ അച്ഛൻ എന്നും കൊണ്ടുവരാറുള്ളത് ഫ്രൂട്ട്സുകളാണ്. മധുരമേറിയതും, മിഠായിസാധനങ്ങളും അച്ഛൻ കൊണ്ടുവരാറില്ല. അല്ലെങ്കിൽ ചൂടുള്ള കടല കൊണ്ടുവരും.

മിഠായി വാങ്ങണമെന്ന് പറയുമ്പോൾ അച്ഛൻ ചിരിക്കും.

"എന്റെ നന്ദൂട്ടാ നിന്റെ വയറ് കേട് വര്ത്തണ മിഠായി വേണംന്ന് നീ വാശി പിടിക്കരുതേ. ദാ അച്ഛൻ കൊണ്ടോന്ന നല്ല ആപ്പിള്. ചളാ ചളാ തിന്നോ....."

ഒറ്റയൊരിക്കൽ അച്ഛൻ ഒരു ചോക്ലേറ്റ് കൊണ്ടുവന്നു. നെടുനീളത്തിൽ ചെറിയൊരു ശവപ്പെട്ടിപോലെയുള്ള കവർ. അതുനീക്കിയപ്പോൾ കറുത്ത ഒരു ദ്രാവകം വക്കിൽ പറ്റിപ്പിടിച്ച ചോക്ലേറ്റ് വലിച്ചൊരേറു കൊടുത്തു. അച്ഛൻ കൈയടിച്ചു.

"മിടുക്കൻ. അച്ഛൻ പറഞ്ഞത് ബോധ്യായില്ലേ...."

തലയാട്ടി. അച്ഛനോട് വലിയ ആദരവുതോന്നി അന്ന്.

ഒരു വെള്ളിയാഴ്ചയായിരുന്നു അച്ഛന്റെ മരണം. ആ ദിവസത്തെക്കുറിച്ച് ഓർക്കുമ്പോൾ മനസ്സിൽ ആകെ വിഷപ്പുക നിറയുന്നതുപോലെ തോന്നും. ഒരു നാടു മുഴുവൻ തേങ്ങിക്കരഞ്ഞ ദിവസം.

രാവിലെ ഓഫീസിൽ പോയ അച്ഛൻ ഉച്ചയ്ക്ക് ഊണുകഴിഞ്ഞ് റോഡു മുറിച്ചുകടക്കുന്നതിനിടയിലാണത്രെ അപകടം നടന്നത്. പിക്കപ്പ് വാൻ വന്നിടിക്കുകയായിരുന്നു. ഇടിച്ച് തെറിപ്പിച്ച അച്ഛന്റെ ശരീരം ഇലക്ട്രിക് കമ്പിക്കു കുറുകെ ചെന്നു

വീണ് ആകെ കരിഞ്ഞുപോയി. ആരെയും അച്ഛന്റെ മുഖം കാണിച്ചില്ല.

മുത്തശ്ശി തേങ്ങലോടെ പറഞ്ഞത് ഇപ്പോഴും മനസ്സിൽ മുഴങ്ങുന്നു. "കാണംണ്ട.... നന്ദുമോനേ നോക്കരുതേ.... അച്ഛന്റെ മനസ്സിലുള്ള മൊഖം കാണാം നമുക്ക്...."

ഒന്നര മാസത്തോളം ഭ്രാന്താലയത്തിലായിരുന്നു അമ്മ. തലച്ചോറിലേക്കുള്ള ഏതോ ഞരമ്പുകൾക്ക് തകരാറ് വന്നതായിരുന്നുവത്രെ. ഇപ്പോഴും അമ്മയ്ക്ക് പഴയ ഉന്മേഷമോ ശാരീരിക സുഖമോ ഇല്ല. അധികം മിണ്ടാട്ടമില്ല. കളിയില്ല ചിരിയില്ല. ഒരേയിരുത്തം. നേരത്തോടു നേരംവരെ വേണമെങ്കിൽ ആ ഇരുത്തം തുടർന്നുപോകും.

ആ കാലം ഏറ്റവും വേഗത്തിൽ കടന്നുപോയെങ്കിൽ എന്ന് പ്രാർത്ഥിച്ചിരുന്നു. ആ ഓർമ്മകൾ ബോർഡിലെ അക്ഷരങ്ങൾ മായ്ക്കുന്നതുപോലെ ഒന്നു മായ്ക്കാൻ കഴിഞ്ഞിരുന്നെങ്കിൽ എന്ന് കൊതിച്ചിരുന്നു. പക്ഷേ, മറക്കാൻ ശ്രമിക്കുന്തോറും ആ ദിനങ്ങൾ കറുത്ത ഉടുപ്പണിഞ്ഞ വവ്വാലുകളെപ്പോലെ മനസ്സിലൂടെ പറന്നു നടന്നു. അച്ഛന്റെ മരണത്തോടെ കാര്യങ്ങൾ തകിടം മറിഞ്ഞു. വീട്ടുചെലവ് ഒരു ബാദ്ധ്യത തന്നെയായി. താനും ശരണ്യയുമടങ്ങുന്ന രണ്ടു മക്കൾ. കിടപ്പിലായ മുത്തശ്ശി. രോഗം ബാധിച്ച് അവശയായ അമ്മ.

അമ്മാവനാണ് നിർദ്ദേശിച്ചത്.

"നന്ദു നന്നായി പഠിക്കട്ടെ.... അതിന് നല്ലത് പട്ടണമാണ്. ഗിരീഷിന്റെ കൂടെ അവനെ വിട്ടാൽ പഠിത്തമൊക്കെ ഒന്ന് ഉഷാറാകും. അവൻ ഒരു കരക്കെത്തിയാൽ രക്ഷപ്പെട്ടല്ലോ."

ഒരു ദീർഘനിശ്വാസത്തോടെ വല്ല്യമ്മാവൻ മകൻ ഗിരീഷിനെ വിളിച്ചു. വലിയ ഡോക്ടറാണ് ഗിരീഷങ്കിൾ. നഗരത്തിലെ പ്രശസ്തമായ ആശുപത്രിയിൽ.

ഗിരീഷങ്കിൾ സന്തോഷപൂർവ്വം അവന്റെ പഠനച്ചെലവുകൾ ഏറ്റെടുത്തു.

ഗ്രാമത്തിന്റെ തുടിപ്പിൽ ജീവിതം ആനന്ദിച്ച് ആസ്വദിച്ച് മതിയായിരുന്നില്ല അവന്.... പക്ഷേ എന്തുചെയ്യാൻ.... വിധി അവന് നഗരത്തിന്റെ തിരക്കിൽ ഒരിടം ഒരുക്കിവെച്ചിരുന്നു.

കോളിങ് ബെല്ലിന്റെ ശബ്ദം അവന്റെ ചിന്തകളെ മുറിച്ചു.

ശർമ്മ സാറാണ്. (ഇംഗ്ലീഷിന് മാത്രം അവന് സ്പെഷ്യൽ ട്യൂഷനുണ്ട്) തൊട്ടടുത്ത ഫ്ളാറ്റിൽ താമസിക്കുന്ന ശർമ്മസാർ അടുത്തുള്ള ഒരു ഇംഗ്ലീഷ് മീഡിയം സ്കൂളിലെ സാറാണ്. മുടി നീട്ടി വളർത്തി വിടർന്ന പുഞ്ചിരിയോടെ സംശയങ്ങൾക്ക് കൃത്യതയോടെ മറുപടി പറഞ്ഞുതരാറുള്ള ശർമ്മസാറിനെ അവന് ഏറെ ഇഷ്ടമാണ്.

ശർമ്മസാർ അവനെ അഭിവാദ്യംചെയ്തു.

അവൻ പ്രത്യഭിവാദനം ചെയ്തു.

"വൈ ആർ യൂ ഗ്ലൂമി മാൻ."

"നത്തിങ് സർ...." അവൻ പറഞ്ഞു.

ടേബിളിൽ പുസ്തകങ്ങൾ കൊണ്ടുവന്ന് വെച്ച് അവൻ തലയുയർത്തി.

"റിലാക്സ്.... നന്ദൂ...."

ശർമ്മ സാർ ഒന്നും മിണ്ടാതെ അവന്റെ തലയിൽ തലോടി. അവന് അകാരണമായി കരച്ചിൽവന്നു. മാത്രമല്ല ഒരു പൊട്ടിക്കരച്ചിലോടെ അവൻ തന്റെ മുഖം ഇരുകൈകൾകൊണ്ടും പൊത്തി.

"എന്തുപറ്റി നന്ദൂ.... വാട്ട് ഹാപ്പന്റ്?" ശർമ്മസാർ അവന്റെ മുഖം പിടിച്ചുയർത്തി. ഒരു മാലയിലെ മുത്തുമണികൾപോലെ കണ്ണീർ നിലത്തേക്കുതിർന്നു.

ഈ കാഴ്ചയിലേക്കാണ് ആന്റി കടന്നുവന്നത്. അവർ ശർമ്മസാറിനുള്ള കാപ്പിയുമായി വന്നതായിരുന്നു.

നന്ദുവിനെ, പതുക്കെ എഴുന്നേല്പിച്ച്, അവർ പറഞ്ഞു " സോറി സർ.... ഇന്നിവൻ വിശ്രമിക്കട്ടെ. പഠനം നാളെ മതി.... അല്ലേ...."

"ഞാനത് പറയാനിരിക്കുകയായിരുന്നു മാഡം.... എന്താ നന്ദുവിന് പറ്റിയത്."

ആന്റി എന്തോ പറയാനാഞ്ഞു. പെട്ടെന്നുതന്നെ അത് വിഴുങ്ങുകയും ചെയ്തു.

"അവൻ വീടിനെക്കുറിച്ച് ഓർത്തു കരഞ്ഞതാകും. അമ്മയെ കാണാതെ ഇന്നേക്ക് ഒരാഴ്ചയോളമായില്ലേ....."

ശർമ്മ സാർ പുഞ്ചിരിയോടെ അവന്റെ കവിളത്തുതട്ടി.

"ഓകെ. നാളെ കാണാം."

"ശരി."

ശർമ്മ സാർ പോയിക്കഴിഞ്ഞപ്പോഴും അവൻ എഴുന്നേറ്റുവന്നില്ല. ആന്റി അവന് കൊണ്ടുവെച്ച കാപ്പി അപ്പോഴേക്കും തണുത്തുപോയിരുന്നു.

പുറത്ത് മഴ അല്പമൊന്നു ശമിച്ചിരിക്കുന്നു. വാഹനങ്ങളുടെ ഹോണടിയും, താഴെ മാർക്കറ്റിൽനിന്നുള്ള ബഹളവും വീണ്ടും സജീവമായി.

ആന്റിക്ക് നന്ദുവിനെ വലിയ ഇഷ്ടമാണ്. സ്വന്തം മകനോടെന്നപോലെയാണ് അവരുടെ പെരുമാറ്റം. അത് ഒരുകണക്കിന് അവന്റെ ഭാഗ്യമെന്നുവേണം പറയാൻ. ഗിരീഷങ്കിൾ ആന്റിയെ വിവാഹം ചെയ്തിട്ട് ആറുമാസമേ ആയുള്ളൂ. എങ്കിലും നല്ല പക്വതയും പാകതയും വന്ന പെരുമാറ്റമാണ് ആന്റിക്ക്.

നഗരത്തിലെ കുബേരന്മാരുടെ മക്കൾ പഠിക്കുന്ന സെന്റ് ഫിലോമിനാ ഹയർസെക്കന്ററി സ്കൂളിലാണ് അവന് അഡ്മിഷൻ കിട്ടിയിരിക്കുന്നത്. ഏഴാം ക്ലാസിലാണ് അവൻ ചേർന്നത്. പ്ലസ്ടുവരെ അവിടത്തന്നെ പഠിക്കണം.

അഡ്മിഷനുവേണ്ടി ആ സ്കൂളിൽ പോയത് അവന് ഓർമ്മയുണ്ട്. പ്രൗഢിയും ഗാംഭീര്യവും നിറഞ്ഞ ഒരു സ്കൂൾ. ടൈയും കോട്ടുമാണ് യൂണിഫോമിന്റെ പ്രത്യേകത. പതിനയ്യായിരം രൂപയാണത്രെ ഗിരീഷങ്കിൾ അഡ്മിഷനായി ചെലവാക്കിയത്.

മൂന്നുദിവസത്തിനകം അവന്റെ സ്കൂൾ തുറക്കും. മൂന്നു ജോഡി യൂണിഫോമുകളും, രണ്ട് ജോഡി ഷൂസുകളും ബെൽട്ടു ബാഗും പുത്തൻ പുസ്തകങ്ങളുമൊക്കെ വാങ്ങിവെച്ചിട്ടുണ്ട്.

പക്ഷേ, അവന്റെ മനസ്സിൽ തെല്ലും ആഹ്ലാദമില്ല. ടൈ കാണുമ്പോൾ പടമെടുത്ത ഒരു പാമ്പിനെ അവന് ഓർമ്മവരും. കോട്ട് കാണുമ്പോഴോ ഏതോ പഴയ ഹിന്ദി സിനിമയിലെ ഒരു വില്ലൻ കഥാപാത്രത്തെയാണ് ഓർമ്മ വരിക.

പക്ഷേ, ഇതൊക്കെ മറികടക്കുകതന്നെ വേണം. അവനാണ് കുടുംബത്തിന്റെ ഒരേയൊരു പ്രതീക്ഷ. അവന്റെ തണലിലാണ് അവർക്ക് ഇനി ജീവിക്കേണ്ടത്.

പക്ഷേ, അവന്റെ മനസ്സ് ഇതൊന്നും ഉൾക്കൊള്ളാൻ പാകമായിരുന്നില്ലെന്നു മാത്രം.

2

ഹോളിഡേ....

ഞായറാഴ്ചയാണ്.

ഇന്ന് ഉച്ചയ്ക്കുശേഷം ഒരുമിച്ച് ഒരു ബീച്ച് യാത്രയാകാം എന്ന് ഗിരീഷങ്കിൾ സമ്മതിച്ചിട്ടുണ്ട്. സൺസെറ്റ് കാണാം. തിരകൾ കരയോടു മന്ത്രിക്കുന്നത് കേൾക്കാം. ബീച്ചിലെ ചാവോക്കുമരങ്ങളിൽ കുട്ടികൾ പറത്തുമ്പോൾ അകപ്പെട്ടുപോയ പട്ടങ്ങളുടെ വേവലാതിപ്പിടച്ചിൽ കണ്ട് രസിക്കാം.

ഫ്ളാറ്റിനോടു ചേർന്ന് ഗിരീഷങ്കിളിന് പരിശോധനയ്ക്കുവേണ്ടി ഒരു കൊച്ചുമുറി കൂടിയുണ്ട്. ഡൈനിങ് റൂമിൽനിന്നുതന്നെ അങ്ങോട്ടു കടക്കാനായി ഒരു വാതിലുമുണ്ട്. ഇന്ന് അവധി ദിവസമാണെങ്കിലും രോഗികൾക്ക് ഒരു കുറവുമില്ല. പുറത്തെ ചാരുബെഞ്ചിൽ സ്ത്രീകളും കുട്ടികളുമടക്കം ആളുകൾ ഒരുപാടുണ്ട്.

ഇപ്പോൾ ഡോക്ടറുടെ അടുത്ത് പോകുന്നതും ഒരു ഫാഷനാണത്രെ. ഏറ്റവും പുതിയ വസ്ത്രങ്ങൾ വാങ്ങിയാൽ ചില കുട്ടികൾക്ക് പെട്ടെന്ന് കഠിനമായ വയറുവേദനയുണ്ടാകുമത്രെ. ആന്റിയും ഗിരീഷങ്കിളും ഡിസ്കസ് ചെയ്യുമ്പോൾ അവനു വീണുകിട്ടുന്ന 'ലേറ്റസ്റ്റ് അറിവു'കളാണിതൊക്കെ. എന്തോ ഒരു 'മാനിയ'യുടെ പേരു ചേർത്താണ് ഗിരീഷങ്കിൾ അതു പറഞ്ഞത്.

പുതിയ വസ്ത്രങ്ങൾ ചെറുപ്പക്കാരായ ഡോക്ടർമാരെ കാണിക്കുക. അവരുടെ മുഖത്തുണ്ടാകുന്ന ഭാവത്തിൽനിന്നും

അത് ചേരുന്നുണ്ടോ ഇല്ലയോ എന്നു തീരുമാനിക്കുക-തുടങ്ങിയവ പുതിയ ട്രെന്റാണത്രെ. കൂടുതലും കൗമാരം പടികടന്നെത്തുന്ന പെൺകുട്ടികളിലാണു പോലും ഈ ഭ്രമം.

ഇതൊക്കെ നഗരത്തിന്റെമാത്രം ഭ്രാന്തുകളായിട്ടാണ് അവനു തോന്നിയത്. 'ഓണംകേറാമൂല' എന്ന് നഗരവാസികൾ പരിഹസിക്കുന്ന ഗ്രാമങ്ങളിൽ ഇതുപോലുള്ള കാട്ടിക്കൂട്ടലുകൾ കുറവായിരിക്കും. രണ്ടുകൂട്ടം ഉടുപ്പുകൾ-കൂടിവന്നാൽ മൂന്ന്. ഉത്സവത്തിനും കല്യാണത്തിനും മടക്കിവെച്ച് സൂക്ഷിക്കുന്ന ഒരുകൂട്ടവും. ഇതിലധികം വസ്ത്രങ്ങൾ ഗ്രാമത്തിലുള്ള ഭൂരിപക്ഷത്തിനുമുണ്ടാവില്ല. നഗരത്തിലോ 'ഷോപ്പിങ്മാളുകൾ' കൂണുകൾപോലെ ഓരോ ദിവസവും പൊന്തിവരികയാണ്. ഫാഷന്റെ പേരിലുള്ള അശ്ലീലങ്ങൾ വേറെ.

ടോക്കണനുസരിച്ച് പരിശോധനയ്ക്കായി രോഗികളും കൂടെ വന്നവരും ഫ്ളഷ്ഡോർ തള്ളിത്തുറന്ന് അകത്തേക്കു കയറുന്നു. പുറത്തിറങ്ങുന്നു. രോഗികളെ കടത്തിവിടാൻ ഒരു സ്ത്രീയുമുണ്ട്. നഗരത്തിലെ പുറംപോക്കിൽ താമസിക്കുന്ന ഭർത്താവ് മരിച്ചുപോയ ഒരു സ്ത്രീയാണ്. നല്ല വിദ്യാഭ്യാസമുണ്ടായിട്ടും അവർക്ക് ജോലിയൊന്നും ഇതുവരെ കിട്ടിയിട്ടില്ല. ഗിരീഷങ്കിളും ആന്റിയും അവരെ കണ്ടറിഞ്ഞ് സഹായിക്കാറുണ്ട്.

അനിമൽ പ്ലാനറ്റിൽ പെൻഗ്വിനുകളുടെ കൂട്ടത്തെയാണ് കാണിച്ചുകൊണ്ടിരിക്കുന്നത്. അവൻ ചിന്തകളിൽനിന്നും തല്ക്കാലം വിടചൊല്ലി ആ കാഴ്ചയുടെ കൗതുകത്തിലേക്ക് മനസ്സ് കൊണ്ടുപോയി. അന്റാർട്ടിക്ക് മേഖല. മഞ്ഞിന്റെ പശ്ചാത്തലം. കൂറ്റൻ മഞ്ഞുമലയുടെ ഒരു താഴ്വാരമാണ് കാണിക്കുന്നത്. പെൻഗ്വിനുകൾ. കോട്ടും സ്യൂട്ടുമണിഞ്ഞ നഗരവാസികളെപ്പോലെ തത്തിത്തത്തി നടക്കുന്നു. കൊക്കുകൾകൊണ്ട് പരസ്പരം പോരടിക്കുന്നു. മഞ്ഞിൻപാളികളിലൂടെ അവ തെന്നിത്തെന്നി നീങ്ങുന്നത് കാണുമ്പോൾ ചാനലുകളിലും മറ്റുമുള്ള ബ്രേക്ക്ഡാൻസ് അവനോർമ്മ വന്നു.

മനുഷ്യരുടെ പാദസ്പർശംകൊണ്ട് നശിച്ചുപോയിട്ടില്ലാത്ത ഭൂവിഭാഗങ്ങളിൽ ധ്രുവമേഖലയുമുണ്ട്. വളരെ അപൂർവ്വമായിട്ടു മാത്രമേ മനുഷ്യൻ അവിടേക്കു പോകാറുള്ളൂ. കാരണം രക്തമുറഞ്ഞുപോകുന്ന തണുപ്പുതന്നെ. മൈനസ് നൂറ്റിയെട്ട് ഡിഗ്രി അവി

ടത്തെ സാധാരണ താപനിലയാണത്രെ. നമ്മുടെ ഫ്രിഡ്ജിനുള്ളിൽ പൂജ്യം ഡിഗ്രിയാകുമ്പോൾ അതിന്റെ കാഠിന്യം പറഞ്ഞറിയിക്കാൻ വയ്യ.

ഊണുകഴിഞ്ഞ് ഗിരീഷങ്കിളിന്റെ വിളി കാത്തിരിക്കുമ്പോഴാണ് അപ്രതീക്ഷിതമായി ആശുപത്രിയിൽനിന്നും വിളിവന്നത്. ഗിരീഷങ്കിൾ പരിശോധിച്ചുകൊണ്ടിരുന്ന ഒരു രോഗിക്ക് പെട്ടെന്ന് രോഗം മൂർച്ഛിച്ചുവത്രെ. ഉടനെ ആശുപത്രിവരെ ചെല്ലാൻ. ചീഫ് സർജനാണ് വിളിച്ചത്.

ഗിരീഷങ്കിൾ പെട്ടെന്നുതന്നെ കോട്ടണിഞ്ഞ് ഗോവണി ചടപടാ ഇറങ്ങി. ഗ്യാരേജിൽനിന്നു കാർ ഒരു ഞരക്കത്തോടെ പാഞ്ഞുപോകുന്നത് അവൻ ജനൽത്തിരശ്ശീല മാറ്റി കണ്ടു.

അവന്റെ മുഖത്ത് സങ്കടമേഘങ്ങൾ കനത്തു. അപൂർവ്വമായി കിട്ടിയ ഒരു കനകാവസരമാണ് നനഞ്ഞ പടക്കം കത്തിച്ചാലെന്നപോലെ 'കുശുശ്ശ്' ആയിപ്പോയത്.

ആന്റിക്കും ദേഷ്യമുണ്ട്. അടുക്കളവാതിൽ വലിച്ചടയ്ക്കുന്നതും പിറുപിറുക്കുന്നതുമൊക്കെ അതിന്റെ സൂചനയാണ്. പരിഹാരമില്ലാത്ത ഒരു പ്രശ്നംതന്നെയാണിത്. ഡോക്ടറായാൽ എന്തു സുഖമാണെന്നൊക്കെ അവൻ പണ്ട് ധരിച്ചുപോയിരുന്നു. ഇപ്പോൾ ഏതാണ്ട് ഏഴുദിവസത്തെ അടുത്ത സഹവാസത്തിൽനിന്നും അവൻ മനസ്സിലാക്കുന്നു.

ഏറ്റവും റിസ്ക്ക് നിറഞ്ഞ ജോലികളിൽ ഒന്നാണ് ഒരു ഡോക്ടറുടെ ജോലി. ഏതുസമയത്തും വരാവുന്ന ഒരു ഫോൺകോൾ. എപ്പോഴും മാറിമറിയാവുന്ന രോഗികളുടെ ശാരീരികാവസ്ഥ. ഇരുപത്തിനാലു മണിക്കൂറും ഒരർത്ഥത്തിൽ പറഞ്ഞാൽ ഡോക്ടർമാർ എൻഗേജ്ഡ് ആണ്. ശരിയായ അർത്ഥത്തിൽ ഡോക്ടർവേഷമണിഞ്ഞവർ ഉണ്ടായേക്കാം. പക്ഷേ, മനഃസാക്ഷിയും നല്ല മനോനിലയുമുള്ള ഒരു ഡോക്ടർ 'ഫുള്ളി എൻഗേജ്ഡ്' തന്നെയാണ്.

ഗിരീഷങ്കിൾ പോയി അല്പസമയം കഴിഞ്ഞില്ല. അതിനു മുമ്പ് കോളിങ് ബെൽ കരഞ്ഞു.

"നന്ദൂ.... അതാരാന്ന് നോക്ക്. ഡോക്ടറെ കാണാൻ വന്നവരാണെങ്കിൽ ഇന്ന് പരിശോധനയില്ലെന്ന് തീർത്തു പറഞ്ഞേക്ക്...." ദേഷ്യത്തിൽ കനത്തുപോയ ശബ്ദത്തിൽ ആന്റി പറഞ്ഞു.

അവൻ വാതിൽ തുറന്നു.

പുത്തനുടയാടകളും ലിപ്സ്റ്റിക്കും ആഭരണങ്ങളുമൊക്കെ യണിഞ്ഞ് രണ്ടുമൂന്നു സ്ത്രീകൾ പുറത്തു നില്ക്കുന്നു.

“മാഡം എവിടെ..... ഒന്ന് വിളിക്കെടോ....”

കൂട്ടത്തിൽ തടിച്ചുവെളുത്ത സ്ത്രീ പറഞ്ഞു. ഈ ‘എടോ’ വിളി അവന് തീരെ രസിച്ചിട്ടില്ലെന്ന് അവന്റെ മുഖം വ്യക്തമാക്കി. അവൻ വിളിക്കാൻ അകത്തേക്ക് ചെല്ലുന്നതിനുമുമ്പേ ആന്റി ചാടിക്കുതിച്ച് ഡൈനിങ്റൂമിൽ എത്തിക്കഴിഞ്ഞിരുന്നു.

“ആരൊക്കെയായിത്.... തീരെ പ്രതീക്ഷിച്ചിരുന്നില്ല.... വരൂ.... വരൂ....”

വന്ന സ്ത്രീകൾ ഗർവ്വോടെ അവനെ ഒന്നുനോക്കി. അവൻ മുഖം മറ്റെവിടേക്കോ തിരിച്ചു.

“ഇപ്പോ സമാജത്തിലേക്കൊന്നും കാണാറില്ലല്ലോ....”

“ഒന്നിനും സമയം കിട്ടുന്നില്ല ചേച്ചിമാരേ....”

“പിന്നേ.... ഞങ്ങൾക്കൊക്കെ സമയം കിട്ടിയിട്ടാണോ.... ഈ സാമൂഹ്യസേവനത്തിനിറങ്ങുന്നത്.... അത് ഉണ്ടാക്കുകയല്ലേ.....”

എല്ലാവരും അത് ശരിവെച്ചു.

“ഓ.... ഞാൻ മറന്നു. എന്താവേണ്ടത്.... ജ്യൂസ്.... ചായ.”

“എന്തായാലും വേണ്ടീല്ല. നല്ല ദാഹംണ്ട്....”

ആന്റി പെട്ടെന്ന് അകത്തേക്ക് പോയി. കൂടെ നന്ദുവും.

നന്ദു ഗിരീഷങ്കിളിന്റെ പരിശോധനാ മുറിക്ക് സമീപം ചെന്നു നിന്നു. അവന് ഏറെ കൗതുകം തോന്നി. പ്രൗഢിയും ലാളിത്യവും വിളിച്ചോതുന്ന മുറി. സാധനങ്ങൾ അടുക്കടുക്കാക്കി വെച്ചിരിക്കുന്നത് കാണുന്നതുതന്നെ ആഹ്ലാദം പകരും. ക്രിസ്റ്റലും ഫൈബറും ചേർത്ത് നിർമ്മിച്ച റോളിങ് ചെയർ. ഗ്ലാസ് മേശയ്ക്കു മുകളിൽ ഒരരികിലായി പരിശോധനാസാമഗ്രികൾ. സ്റ്റെതസ്കോപ്പ് ഇരപിടിച്ച ഒരു പാമ്പിനെപ്പോലെ മേശപ്പുറത്ത് കിടക്കുന്നു. സാംപിൾ മരുന്നുകളും പ്രഷർ പരിശോധനയ്ക്കുള്ള യന്ത്രവും ടോർച്ചുകളുമുണ്ട് കൂട്ടത്തിൽ.

തൊട്ടരികിലായി രോഗികളെ കിടത്തിപ്പരിശോധിക്കാനുള്ള മേശ പച്ച വിരിപ്പുകൊണ്ട് മൂടിയിരിക്കുന്നു. ചുമരിൽ കൊളുത്തിയിട്ട എക്സ്റേ ഫിലിമുകൾ. ഏതോ ഒരു സായിപ്പിന്റെ ഫോട്ടോ ഫ്രെയിം ചെയ്ത് വെച്ചിട്ടുമുണ്ട്.

അവന്റെ കാഴ്ച പെട്ടെന്നാണ് ഒരു ചില്ലുകൂട്ടിൽ കേന്ദ്രീകരിച്ചത്. അവനത് സാകൂതം നോക്കിനിന്നു. ഭയത്തോടെ.

ചില്ലുകൂട്ടിൽ ഒരു അസ്ഥികൂടമായിരുന്നു.

കാൽവിരലുകൾ മുതൽ തലയോട്ടിവരെ അവന്റെ കണ്ണുകൾ പാഞ്ഞു നടന്നു. വാരിയെല്ലുകളും, കഴുത്തിലെ അസ്ഥികളുമെല്ലാം കൃത്യമായിട്ടുമുണ്ട്.

ഇത് ശരിക്കും ഒരു മനുഷ്യന്റേത് തന്നെയായിരിക്കുമോ?

അതല്ല, പ്ലാസ്റ്റിക്കുകൊണ്ട് കൃത്രിമമായി നിർമ്മിച്ചതാകുമോ?

തലയോട്ടിയുടെ രൂപമാണ് അവനെ ഭയപ്പെടുത്തിയത്. മുൻവരിയിലെ രണ്ടുമൂന്ന് പല്ലുകൾ ഇളകിപ്പോയിട്ടുണ്ട്. എങ്കിലും അത് വീഴാത്തമട്ടിൽ തൂങ്ങിനില്പാണ്.

നോക്കി നോക്കിയിരിക്കെ അവന്റെ ചിന്തകൾ അതിനെ കേന്ദ്രീകരിച്ചു. ഇത് ആരുടേതാകും. ജീവനുള്ളപ്പോൾ മജ്ജയും മാംസവുമുള്ള ഒരു മനുഷ്യനായിരിക്കില്ലേ അതും. ഈ ഭൂമിയിൽ ഒരുപാടുകാലം ജീവിച്ചിരുന്നിട്ടുണ്ടാവില്ലേ.

"നന്ദൂ...." ആന്റിയുടെ വിളി അവന്റെ ചിന്തകളെ കുടഞ്ഞെറിഞ്ഞു.

ചെറിയൊരു ഞെട്ടലുണ്ടായി അവന്. ഇതിനുള്ളിൽ കടക്കുന്നത് തെറ്റായിരിക്കും. ഗിരീഷങ്കിൾ പൂട്ടാൻ മറന്നുപോയതുകൊണ്ടാണ് തനിക്ക് ഈ മുറി കാണാനുള്ള അവസരം കിട്ടിയത്. അവൻ പെട്ടെന്ന് മുറിക്കു വെളിയിൽ കടന്നു.

"നന്ദൂ.... നിനക്ക് കാപ്പി വേണ്ടേ..... വാ...."

നന്ദു അടുക്കളയിലേക്ക് ചെന്നു. ആന്റി നല്ല മൂഡിലാണ്. ചുണ്ടിൽ ഏതോ മൂളിപ്പാട്ടുണ്ട്.

"കാപ്പി ചൂടാറിക്കാണും. വേഗം കുടിച്ചോളൂ. എന്താ നിനക്ക് കടി വേണ്ടത്...."

അവനൊന്നും മിണ്ടിയില്ല. കാപ്പിയെടുത്ത് ചുണ്ടോടു ചേർത്തു. ബ്രൂ കോഫിയാണ്. ചോക്ലേറ്റിന്റെ രുചി.

വലിയൊരു കഷണം കേക്ക് മുറിച്ചെടുത്ത് അവനു നേരെ നീട്ടിക്കൊണ്ട് ആന്റിവന്നു.

"അവര് കൊണ്ടുവന്നതാ.... തിന്നോ."

അവൻ അതിൽനിന്നും ചെറിയൊരു കഷണം പൊടിച്ച് വായിലിട്ടു. വലിയ രുചി തോന്നിയില്ല. എങ്കിലും ആന്റിയെ പിണക്കേണ്ടെന്നു കരുതി അവൻ അത് തിന്നുന്നതായി ഭാവിച്ചു.

വൈകിട്ട് ഗിരീഷങ്കിൾ വന്നപ്പോൾ പുതിയൊരു പടത്തിന്റെ ഡി വി ഡി കൊണ്ടുവന്നു. കുറേ പഴങ്ങളും ബേക്കറി പലഹാരങ്ങളും.

"സോറി.... നന്ദൂ.... നമുക്ക് അടുത്ത ഹോളിഡേ നന്നായി ആഘോഷിക്കണം. കേട്ടല്ലോ...."

അവൻ പുഞ്ചിരിയോടെ തലയാട്ടി.

3

വിദ്യാരംഭം

സെന്റ് ഫിലോമിനാ മെമ്മോറിയൽ ഹയർസെക്കന്ററി സ്കൂൾ....

കറുത്ത പ്രതലത്തിൽ ഇരുമ്പിൽ കൊത്തിവെച്ച പേര്. യൂണിഫോമണിഞ്ഞ്, പുത്തൻ ബാഗുമായി ഗേറ്റ് കടക്കുമ്പോൾ അവന്റെ ഹൃദയം 'പടപടാ' മിടിച്ചു.

ഗ്രാമത്തിന്റെ പരാധീനതകൾ നിറഞ്ഞ ഒരു പഴയ സ്കൂളിൽനിന്നും, നഗരത്തിലെ കുബേരന്മാർ പഠിക്കുന്ന സ്കൂളിലേക്ക് അപ്രതീക്ഷിതമായി വന്നുപെട്ടതായിരുന്നല്ലോ അവൻ.

പുതിയ കൂട്ടുകാർ, അദ്ധ്യാപകർ തുടങ്ങിയവയെല്ലാം അവന് അസ്വസ്ഥതയുണ്ടാക്കുന്നതായിരുന്നു.

മാത്രവുമല്ല, പുത്തൻ ഉടയാടകളുടെ ഒരു 'ചേരായ്മ'യും അവനിലുണ്ട്. കുടുക്കുകളില്ലാത്തതും, പിന്നലുകൾ നിറഞ്ഞതുമൊക്കെയായിരുന്നു പഴയ സ്കൂളിലെ വേഷം. കീശയിൽ പുളിങ്കുരുവും നിലക്കടലയുടെ അവശിഷ്ടങ്ങളുമൊക്കെയുണ്ടാകും.

ഇവിടെ, തികച്ചും വ്യത്യസ്തമാണ്.

കഴുത്തിൽ കുരുക്കിട്ടപോലെയുള്ള 'ടൈ'യാണ് അസ്സഹനീയം. കാലിൽ, തിളങ്ങുന്ന ഷൂ. അത് നിലത്തുവെയ്ക്കുമ്പോൾ ഉണ്ടാകുന്ന 'ടപ്പ്' ശബ്ദം. തന്റെ കാലടികളുടെ ശബ്ദംപോലും മറ്റാരുടേതെങ്കിലുമാണ് എന്ന് അവൻ ഒരു വേള ചിന്തിക്കാൻ

ശ്രമിച്ചു.

ഏഴ്-ജെ-യിലാണ് അവന് അഡ്മിഷൻ കിട്ടിയിരുന്നത്. അവൻ ക്ലാസിലേക്കു കടന്നുചെന്നു.

അപരിചിത മുഖങ്ങൾ അവനെക്കണ്ട് സാകൂതം നോക്കി.

അവൻ ആരോടും ഒന്നും മിണ്ടാതെ ഒരു മൂലയ്ക്ക് പോയിരുന്നു. ബാഗ് ഡസ്കിന്റെ താഴത്തെ തട്ടിൽ വെച്ചു. വിശാലമായ ക്ലാസ്റൂം.

അദ്ധ്യാപകന്റെ ഭാഗത്ത് സ്റ്റേജുപോലെ ഉയർന്നത്. മൂന്നു കാലുള്ള പഴയ ബോർഡിന്റെ സ്ഥാനത്ത് സിമന്റിൽ, ചുവരിൽത്തന്നെ തീർത്തുവെച്ച സ്റ്റൈലൻ ബോർഡ്. ചോക്കും, ഡസ്റ്ററും വെക്കാൻ ഒരു പ്രത്യേക സ്റ്റാന്റ്.

അപ്പോഴേക്കും സെക്കന്റ് ബെല്ലടിച്ചു.

കുട്ടികൾ കൂട്ടത്തോടെ ക്ലാസിലേക്ക് കയറിയിരുന്നു. പ്രാർത്ഥന കഴിഞ്ഞതും പരമമായ നിശ്ശബ്ദതയിൽ ക്ലാസ്സമർന്നു.

നിശ്ശബ്ദതയുടെ നെഞ്ചിൽച്ചവിട്ടിക്കൊണ്ട് രണ്ടുമൂന്നു ജോഡി ഷൂസുകളുടെ ശബ്ദം.

പട്ടാളക്കാരുടെ മാർച്ച്പോലെ....

നീണ്ട്മെലിഞ്ഞ മുടി നീട്ടിവളർത്തിയ ഒരു അദ്ധ്യാപകൻ ക്ലാസിലേക്ക് കയറി. പുഞ്ചിരിനിറഞ്ഞ മുഖത്തോടെ അയാൾ ക്ലാസിനെ അഭിവാദ്യംചെയ്തു.

“ഗുഡ്മോർണിങ് എവരിബഡി.... സിറ്റ് ഡൗൺ....” എല്ലാവരും ഇരുന്നു. “എന്റെ പേര് വിപിൻലാൽ.... ഫ്രം തലശ്ശേരി.”

അദ്ധ്യാപകൻ, ഓരോരുത്തരെയായി പരിചയപ്പെടാൻ ആരംഭിച്ചു. പേരും സ്ഥലവും മാത്രമാണ് പറയേണ്ടത്.

അവന്റെ ഊഴമെത്തിയപ്പോൾ എഴുന്നേറ്റു നിന്നു. ധൈര്യപൂർവ്വം പേരു പറഞ്ഞു നന്ദകുമാർ എൻ എസ്.

അദ്ധ്യാപകൻ സ്കൂളിനെക്കുറിച്ചും വിദ്യാഭ്യാസത്തിന്റെ പരമമായ ലക്ഷ്യത്തെക്കുറിച്ചും പറഞ്ഞു. പുതിയ ലോകം, മിടുക്കന്മാർക്കും മിടുക്കികൾക്കും മാത്രമുള്ളതാണെന്നും മടിയന്മാരെ നിർദ്ദയം പിന്തള്ളിക്കൊണ്ട് കാലം മുന്നോട്ടുപോകുമെന്നും, പരിശ്രമശാലികൾക്ക് വിധിയെ തിരുത്താൻ കഴിയുമെന്നുമെല്ലാം....

അവനാ വാക്കുകൾ സശ്രദ്ധം കേട്ടു.

മനസ്സിൽ, ആത്മവിശ്വാസത്തിന്റെ ഒരു നാളം ഉണർന്നു കത്തുന്നതുപോലെ തോന്നി അവന്.... രണ്ടു മൂന്നു പേർ അവനെ പരിചയപ്പെടാനെത്തി. അതിൽ, മനസ്സുകൊണ്ട് അവന് ഏറ്റവും ആഭിമുഖ്യം തോന്നിയത് ജോൺ സക്കറിയ എന്ന കുട്ടിയോടാണ്. ഏതോ ഉൾഗ്രാമത്തിൽനിന്ന് ഈയടുത്തകാലത്തായി നഗരത്തിലേക്ക് പറിച്ചുനടപ്പെട്ട കുടുംബമായിരുന്നു ജോണിന്റേത്. അച്ഛൻ ഒരു പ്രൈവറ്റ് ബാങ്കിന്റെ മാനേജരായി ജോലിചെയ്യുന്നു.

നന്ദുവിന്റെ ജീവിതസാഹചര്യങ്ങളുമായി നല്ല സമാനത....

ഉച്ചയ്ക്കുശേഷം സ്കൂൾ വിട്ടു. നാളെമുതൽ ശരിക്കും ക്ലാസ് ആരംഭിക്കുകയാണ്. ആദ്യ ദിവസത്തെ പരിചയപ്പെടൽ കഴിഞ്ഞു.

സന്ധ്യകഴിഞ്ഞതും ശർമ്മസാർ വന്നു.

സംസാരഭാഷ എന്നുള്ള നിലയിൽ ഇംഗ്ലീഷ് മെച്ചപ്പെടുത്തുന്നതിനെക്കുറിച്ച് ശർമ്മസാർ ചില പൊടിക്കൈകൾ അവന് പരിചയപ്പെടുത്തി.

സുഹൃത്തുക്കളുമായുള്ള സംഭാഷണങ്ങളും, പരിചയപ്പെടലുമെല്ലാം ഇംഗ്ലീഷിലേക്ക് മാറ്റുക. തുടക്കത്തിൽ ചില 'കല്ലുകടികൾ' ഉണ്ടാകാനിടയുണ്ടെങ്കിലും പതുക്കെ അത് ശരിയായി വരും.

ഭാഷ പഠിക്കാനും നന്നാക്കാനും പറ്റിയത്, ഉപയോഗിച്ചുകൊണ്ടേയിരിക്കുക എന്നുള്ളതാണ്. വെറുതെവെച്ചാൽ തുരുമ്പിക്കുന്ന ഇരുമ്പുകത്തിപോലെയാണ് ഭാഷ.

അത് മിനുക്കുകയും, മൂർച്ചകൂട്ടുകയും വേണം. എങ്കിലേ അതിന്റെ സാദ്ധ്യത നിലനില്ക്കുകയുള്ളൂ....

ആന്റിയുമായും, ഗിരീഷങ്കിളുമായും ഇനിമുതൽ സിംപിൾ ഇംഗ്ലീഷിൽ സംസാരിച്ചുകൊണ്ടിരിക്കണമെന്നും സാർ പറയുകയുണ്ടായി. നമ്മുടെ മാതൃഭാഷ മറക്കരുത്. മലയാളത്തിലുള്ള പുസ്തകങ്ങൾ വായിക്കുന്നത് തുടരണം. അതോടൊപ്പം, പുതിയ ഭാഷകൾ പഠിക്കാനും, പ്രയോഗത്തിൽ കൊണ്ടുവരാനും ശ്രമിക്കുകയാണ് ചെയ്യേണ്ടത്. ഇംഗ്ലീഷിലെ ചില പ്രയോഗങ്ങൾ അന്ന് അവൻ പഠിക്കുകയുണ്ടായി. പിറ്റേന്ന് ഉണർന്നപ്പോൾ അവന് കഠിനമായ പനി. ശരീരമാകെ വിറയലുമുണ്ട്. പുതപ്പ് മാറ്റാൻ കഴിയുന്നില്ല. തൊണ്ടയിൽ വല്ലാത്ത വേദനയും.

സമയം ഏഴര കഴിഞ്ഞപ്പോഴേക്കും ആന്റി അവനെ വിളിക്കാനെത്തി.

"ദെന്താ കഥ.... നന്ദൂ.... സ്കൂളില് പോണില്ലേ....."

അവർ, വാത്സല്യത്തോടെ അവൻ പുതച്ചിരുന്ന പുതപ്പ് മാറ്റി. അവൻ വിറയലോടെ പുതപ്പ് ശരീരത്തിലേക്കുതന്നെ വാരിയിട്ടു. ആന്റി ഭാവപ്പകർച്ചയോടെ അവന്റെ നെറ്റി തൊട്ടുനോക്കി.

"ഈശ്വരാ.... നല്ല പനിയുണ്ടല്ലോ."

അവർ വേഗം പുറത്തേക്കുപോയി. തിരിച്ചുവന്നത് ഗിരീഷങ്കിളിനെയും കൂട്ടിക്കൊണ്ടാണ്.

"എന്താടാ നന്ദൂ....." ഗിരീഷങ്കിൾ ഉറക്കച്ചടവോടെ അവന്റെ നെറ്റിമേൽ കൈവച്ചുനോക്കി.

"പറ്റിച്ചല്ലോ.... രണ്ടുമൂന്നുദിവസം സ്കൂളിൽ പോകാൻ കഴിയില്ല."

"ഗുളിക കൊടുത്താൽ മതിയല്ലോ.... തുടക്കത്തിൽത്തന്നെ ലീവെടുത്താൽ...." ആന്റിയുടെ ശബ്ദത്തിൽ നിരാശ നിറഞ്ഞു.

"രോഗം വന്നാൽ ചികിത്സിക്കണം.... വിശ്രമിക്കണം. മറ്റെന്ത് കാര്യത്തിനേക്കാളും വലുത് ആരോഗ്യമല്ലേ...."

".....എന്നാലും ഗിരീഷേട്ടാ...."

"ഒരെന്നാലുമില്ല.... ഇവന് വൈറൽഫീവറാണ്.... നടപ്പുദീനം പനിയുടെ കാഠിന്യം നോക്കിയാൽ മനസ്സിലാകും. ഒരാഴ്ചയാണ് ശരിക്കും വിശ്രമിക്കേണ്ടത്. എങ്കിലും നന്ദുവിന്റെ പനി മൂന്നു ദെവസംകൊണ്ട് മാറ്റാം."

ഗിരീഷങ്കിൾ അവന് മൂന്ന് ഗുളികകൾ കൊടുത്തു. ഉച്ചയ്ക്കും വൈകുന്നേരവും രാത്രിയും കഴിക്കാനുള്ളത് വേറെയും കൊടുത്തു.

നന്ദു മൂടിപ്പുതച്ചുകിടന്നു. കരച്ചിൽവന്നത് തുടച്ചുകളഞ്ഞു.

പിറ്റേന്നായപ്പോഴേക്കും അവന്റെ പനി അല്പം കുറഞ്ഞു. " "അങ്കിളേ.... ഇന്നെനിക്ക് നല്ല സുഖം തോന്നുന്നു. സ്കൂളില് പൊയ്ക്കോട്ടെ."

ഗിരീഷങ്കിൾ പുഞ്ചിരിച്ചു. "ഇന്നും നാളെയുംകൂടി.... പൂർണ്ണ വിശ്രമം. മറ്റന്നാൾ ഞാൻകൂടി നിന്റെകൂടെ സ്കൂളിലേക്ക് വരാം."

അവൻ പുഞ്ചിരിയോടെ തലയാട്ടി.

"ദേ.... വീട്ടിലേക്ക് ഫോൺ ചെയ്യുമ്പം പനിയുള്ള കാര്യമൊന്നും പറഞ്ഞേക്കരുതേ.... അമ്മ വെപ്രാളപ്പെടും...."

"ഇല്ല."

"മിടുക്കൻ..... പുറത്തുപോയി പത്രമൊക്കെ ഒന്ന് വായിച്ചോളൂ." പുറത്തേക്ക് പോകാൻ നേരം അവൻ ഗിരീഷങ്കിളിന്റെ പരിശോധനാ മുറി തുറന്നിട്ടതായി കണ്ടു. അവിടെ വേലക്കാരി തുടച്ചു വൃത്തിയാക്കുകയാണ്.

അവന് പെട്ടെന്ന് ആ അസ്ഥികൂടത്തെ ഒന്നുകൂടി കാണണമെന്നു തോന്നി.

ഗിരീഷങ്കിൾ കണ്ടാൽ മോശമാണ്. പരിശോധനാ മുറിയിൽ ആവശ്യമില്ലാതെ കടക്കുന്നത് ഇഷ്ടമല്ലെങ്കിലോ.

അവൻ പുറത്തെ സിറ്റൗട്ടിലിരുന്ന് പത്രങ്ങളിലൂടെ കണ്ണോടിക്കാൻ തുടങ്ങി.

ആന്റിക്ക് അന്ന് ഏതോ ഒരു കൂട്ടുകാരിയുടെ വീട്ടിൽ പോകാനുണ്ടായിരുന്നു. ഗിരീഷങ്കിളും ആന്റിയുംകൂടി ഒരുമിച്ചാണ് ഇറങ്ങിയത്.

"നന്ദൂ.... ഗുളികകൾ കൃത്യസമയത്ത് എടുത്ത് കഴിക്കണേ... കഞ്ഞിയും ചുട്ട പപ്പടവുമുണ്ട്. അത് വിശക്കുമ്പോൾ കഴിച്ചോളൂ...." -ആന്റി അവനോടു കൈവീശിക്കാണിച്ചു.

അവൻ കുറേ സമയം ടി വിക്കു മുമ്പിലിരുന്നു. 'ടെൻ സ്പോർട്സിൽ'—മല്ലന്മാരുടെ ഉഗ്രൻ സ്റ്റണ്ട് നടക്കുകയാണ്. കൊഴുത്തുരുണ്ട കാളക്കൂറ്റന്മാരെപ്പോലെയുള്ള മനുഷ്യർ. പരസ്പരം പോരടിക്കുന്നു. മൂക്കിൽനിന്നും ഇടികൊണ്ട് ചോരയൊലിക്കുന്നു. കസേരയെടുത്ത് അടിക്കുന്നു- ഇതും സ്പോർട്സ് ആണോ? അവൻ മൂക്കത്ത് വിരൽവച്ചു. അക്രമവാസന വളർത്താനല്ലാതെ ഇതുകൊണ്ടൊക്കെ എന്തു കാര്യം.

അരിശത്തോടെ അവൻ ടി വി ഓഫ് ചെയ്തു. അപ്പോഴാണ് അവന് അസ്ഥികൂടത്തെ ഓർമ്മവന്നത്.

ഈ ഭൂമിയിൽ ജീവിച്ചിരുന്ന ഏതോ ഒരു മനുഷ്യന്റെ സ്മാരകമാണത്. ഒന്നുകൂടി കാണണം.

അവൻ, പരിശോധനാ റൂമിന്റെ വാതിൽ മെല്ലെതുറന്നു. ചില്ലുകൂട്ടിൽ, കാലത്തിന്റെ മൂകസാക്ഷി....

അവനാ ചില്ലുകൂട്ടിനരികിലേക്ക് ചെന്നു. എന്തുകൊണ്ടോ

അവന്റെ മനസ്സിൽ ആ അസ്ഥികൂടത്തിനോട് ആഴത്തിലുള്ള ഒരടുപ്പം വളർന്നുപോയിരുന്നു.

കാരണമെന്താണെന്നറിയില്ല. കഴിഞ്ഞുപോയ ഒരു കാലഘട്ടം ഓർമ്മിപ്പിക്കുന്ന വസ്തുവാണല്ലോ അസ്ഥികൂടം.

മാത്രമല്ല, പുതുമകൾമാത്രം നിറഞ്ഞ നഗരത്തിൽ ജീവിക്കുമ്പോൾ ഇങ്ങനെ വല്ല ഓർമ്മകളും മനസ്സിലുണ്ടാകണമെങ്കിൽ അത് നല്ലതാണല്ലോ.

അസ്ഥികൂടത്തിന്റെ ഓരോ ഭാഗവുംകണ്ട് അവൻ സ്വയംമറന്ന് നില്ക്കുകയായിരുന്നു.

അപ്പോഴാണ് അവനൊരു ചിരികേട്ടത്. എവിടെനിന്നാണെന്നറിയാൻ അമ്പരപ്പോടെ അവൻ ചുറ്റും തിരഞ്ഞു. ആരാണ് ചിരിച്ചത്? അല്പസമയം നിശ്ശബ്ദത. വീണ്ടും ആ ചിരി. അവൻ പേടിയോടെ അസ്ഥികൂടത്തെ നോക്കി. അതിന്റെ താടിയെല്ല് ഇളകുന്നുണ്ടായിരുന്നു!

4

കണ്ടൻ പറഞ്ഞ കഥ

അസ്ഥികൂടം ചിരിക്കുമോ! ഇത് തന്റെ ഒരു വെറും തോന്നൽ മാത്രമാണ്. നന്ദു ഉള്ളിലുണർന്ന ഭയത്തെ കുടഞ്ഞുകളയാൻ ശ്രമിച്ചതും വീണ്ടും ആ ചിരി മുഴങ്ങി.

എലികൾ കരയുന്നതുപോലുള്ള ഒരു ശബ്ദം.

പക്ഷേ, അതിന് ഒരു ചിരിയോടാണ് സാമ്യം. തന്റെ മനസ്സിന്റെ തോന്നലല്ല, അതൊരു യാഥാർത്ഥ്യമാണ് എന്ന് ബോദ്ധ്യപ്പെട്ടപ്പോൾ അവന് എന്തെന്നില്ലാത്ത ഭയം അനുഭവപ്പെട്ടു.

ഒന്നുരണ്ട് ചുവടുകൾ പുറകോട്ടുവെച്ച് അവൻ ചില്ലുകൂടിനകത്തേക്ക് സാകൂതം നോക്കിനിന്നു.

അവൻ കാണുകയാണ്.

അസ്ഥികൂടത്തിന്റെ കൈകാലുകൾ ഇളകുന്നു. അതിന്റെ പാദങ്ങളിൽനിന്ന് മുകളിലേക്ക് മാംസപാളികൾ നിറയുന്നു. കറുത്ത തൊലിയണിയുന്നു. ഒരു അനിമേഷൻ ചിത്രത്തിലെന്നപോലെ അസ്ഥികൂടം ഒരു മുഴുത്ത മനുഷ്യനായി രൂപാന്തരപ്പെടുകയാണ്.

അവൻ കണ്ണുകൾ ഇറുക്കിയടച്ചുനോക്കി.

സ്വപ്നമല്ല. ഇതൊക്കെ തനിക്കുമുമ്പിൽ നടക്കുന്ന യാഥാർത്ഥ്യം മാത്രമാണെന്ന് സ്വയം ഉറപ്പുവരുത്താനെന്നവണ്ണം അവൻ ഇരുകൈകളുമുയർത്തി തന്റെ മുഖമുഴിഞ്ഞു. ദൈവമേ.

ചില്ലുകൂട്ടിനകത്ത് ഇപ്പോൾ ഒരു അസ്ഥികൂടമില്ല. പകരം ഒരു കറുത്ത മനുഷ്യൻ!

തലയിൽ ഉണങ്ങിയ ഒരു കൂമ്പാളത്തൊപ്പിവെച്ചിരിക്കുന്നു. വായിൽ മുറുക്കിച്ചുവന്ന പല്ലുകൾ. കറുത്തുകുറുകിയുറച്ച ശരീരം. കഠിനമായ ജോലിചെയ്തതിനാലാകണം കരുത്തുറ്റ കൈകാലുകൾ.... അവൻ കണ്ണുമിഴിച്ച് സ്തബ്ധതയോടെ നില്ക്കെ ചില്ലുകൂട്ടിനകത്തെ ആ രൂപം പതുക്കെ പുറത്തിറങ്ങി അവന്റെ മുമ്പിൽ വന്നുനിന്നു. ഒന്നുറക്കെ കരയണമെന്നു തോന്നി അവന്.

"ആന്റീ.... ഗിരീഷങ്കിളേ.... ഓടിവരണേ.... അയ്യോ എന്നെ കൊല്ലാൻ വരുന്നേ...." പക്ഷേ, ശബ്ദമുയരുന്നില്ല. തൊണ്ടയനക്കാനോ, ചലിക്കാനോ കഴിയുന്നില്ല.

അയാൾ അവന്റെ ചുമലിൽ തൊട്ടു.

"മോനേ.... ഞാൻ നിന്നെ കാത്തിരിക്കുകയായിരുന്നു. നിന്നോട് എന്റെ ജീവിതം പറയാൻ. ഈ ചില്ലുകൂട്ടിനകത്ത് ഞാനെങ്ങനെ എത്തിയെന്ന് നീയറിയണം.... നിന്നിലൂടെ ഈ ലോകമറിയണം..... സത്യത്തിന് ഒരുനാൾ സ്വയം വെളിപ്പെടാതെ വയ്യല്ലോ....

അവന് ഒന്നും മനസ്സിലാകുന്നില്ല. എന്തു സത്യം? എന്തു വെളിപ്പെടുത്താൻ? അതിനൊക്കെ ഈ ഞാൻ ആരാണ്?

അയാൾ പതുക്കെ പുഞ്ചിരിച്ചു. ചിരിച്ചപ്പോൾ വെറ്റില തിന്ന് കറുത്തുപോയ പല്ലുകൾ വെളിക്കുകണ്ടു. അയാളുടെ ഇടത്തേ കവിളിൽ ചെവിയോടുചേർന്ന് ഒരു വെറ്റിലയുടെ വാൽഭാഗം അമർത്തിവെച്ചിട്ടുണ്ടായിരുന്നു.

ഞാനെന്നെ നിനക്ക് പരിചയപ്പെടുത്താം.

കണ്ടൻ..... അതാണ് എന്റെ പേര്. 'പേര്' എന്നു പറഞ്ഞാൽ അതിനെപ്പറ്റിയും പറയാനുണ്ട് ഒരുപാട്, അക്കാലത്ത്, അതായത് ഞാനൊക്കെ ജീവിച്ചിരുന്ന കാലത്ത് ജന്മിമാർ അടച്ച് ഭരിച്ചിരുന്ന കാലമായിരുന്നല്ലോ.

ഒരു നല്ല പേര് ഞങ്ങൾക്ക് ഇടാൻ പാടില്ല. നല്ല വസ്ത്രം ഉടുക്കാൻ പറ്റില്ല. എങ്ങാനും വൃത്തിയുള്ളത് ധരിച്ച് ഇല്ലത്ത് ചെന്നാലോ.... "ഓ.... വല്യ ഗമേലാണല്ലോ. ചെറുമന് ഇത്ര പത്രാസൊന്നും വേണ്ട" എന്നുപറഞ്ഞ് ഉടുത്ത തോർത്തുമുണ്ടില് ചെളിപൊത്തും.

ഏറ്റവും മോശപ്പെട്ടതും, കേട്ടാൽ ചിരിവരുന്നതുമായ പേരു

കൾ ഞങ്ങൾടെ കുട്ടികൾക്ക് അവർ കണ്ടുവെച്ചിട്ടുണ്ടാകും. കറപ്പൻ, കോരൻ, വെള്ളൻ, കോമൻ — പെണ്ണുങ്ങൾക്ക് തേയി, ചേലി, കുഞ്ഞിപ്പെണ്ണ്, പണ്ടി — എന്നിങ്ങനെയും.....

മോനേ.... എന്റപ്പനെ ജീവനോടെ തീയിലിടുന്നത് നോക്കി നിന്നവനാ ഈ ഞാൻ. അതു പറഞ്ഞപ്പോഴേക്കും അയാളുടെ കണ്ഠമിടറുന്നത് അവനറിഞ്ഞു.

അതെന്തിനായിരുന്നെന്നല്ലേ....

പറയാം.... എല്ലാം നിന്നോട്പറയാൻ തന്നെയാ ഞാനിങ്ങനെ പുറത്തുവന്നത്....

'സ്വാമി വിവേകാനന്ദൻ' എന്ന ഒരാളെക്കുറിച്ച് നീ സ്കൂളിൽവെച്ച് കേട്ടിട്ടുണ്ടാകില്ലേ. വല്ല്യ ബുദ്ധിയുള്ള ആളായിരുന്നു. വേദങ്ങളും മന്ത്രങ്ങളും ഒക്കെ പഠിച്ച ഒരു വലിയ മനുഷ്യൻ. ഭാരതം മുഴുക്കനും സഞ്ചരിച്ചു കാണാൻ ആ പുണ്യാത്മാവ് തീരുമാനിച്ചു. ഇന്ത്യയിൽ ഓരോ ഭാഗത്തും മനുഷ്യൻ മനുഷ്യനോടു ചെയ്തുകൊണ്ടിരിക്കുന്ന കൊടിയ അനീതികൾ അദ്ദേഹത്തിന്റെ മനസ്സിനെ സങ്കടപ്പെടുത്തി. ഒക്കെ, മതത്തിന്റെ പേരിലായിരുന്നു.

മനുഷ്യരെല്ലാം മതത്തിന്റെ കള്ളികളിലായിരുന്നു. ഒരേ ചോരയും നീരുമുള്ള മനുഷ്യൻ; ഒരേ വിശപ്പും ദാഹവുമുള്ളവർ, ഒരേ ആകാശത്തിനുചുവട്ടിൽ കഴിച്ചുകൂട്ടുന്നവർ. അവരിൽ ചിലർ ഉയർന്ന ജാതി, മറ്റുചിലർ ഹീനജാതി. ഉയർന്ന ജാതിക്കാരുടെ മലം താഴ്ന്ന ജാതിക്കാർ ചുമന്നുകൊണ്ടുപോകണം. അവന്റെ ചെരിപ്പ് തുടയ്ക്കണം.

ഇക്കാഴ്ചകളായിരുന്നു അദ്ദേഹം ഇന്ത്യയിലുടനീളം കണ്ടത്. അങ്ങനെ കേരളത്തിലും വന്നു സ്വാമി വിവേകാനന്ദൻ.

കേരളത്തിൽവെച്ച്, ഭക്ഷണമോ വെള്ളമോ കിട്ടാതെ പട്ടിണികിടക്കേണ്ടിവന്നു അദ്ദേഹത്തിന്.... എന്താ കാരണം. തൊട്ടുകൂടായ്മ, തീണ്ടൽ.... മനുഷ്യനെ മനുഷ്യൻതന്നെ ചവുട്ടിമെതിക്കുന്ന കാഴ്ച ഹൃദയം പൊട്ടുന്ന വേദനയോടെ അദ്ദേഹം കണ്ടു. കേരളത്തെപ്പറ്റി അദ്ദേഹത്തോട് പത്രക്കാർ ചോദിച്ചപ്പോൾ അദ്ദേഹം പറഞ്ഞുവത്രെ "അതെ..... കേരളം ശരിക്കുമൊരു ഭ്രാന്താലയമാണ്."

അദ്ദേഹം പറഞ്ഞത് അപ്പടി സത്യമായിരുന്നു കുഞ്ഞേ....

അക്കാലത്തായിരുന്നു ഞാൻ ജനിച്ചത്..... ഒരു കൊച്ചു മാടത്തിൽ. ഉടലുമുഴുവൻ മടക്കി മാത്രമേ ഞങ്ങളുടെ ഓലപ്പുരക്കുള്ളിലേക്ക് കയറാനൊക്കുകയുള്ളൂ. പനയോലകളും തെങ്ങോലകളും കുത്തിമറച്ചുണ്ടാക്കുന്ന ചാള. ഒരു നല്ല കാറ്റടിച്ചാൽ ഓല പറിഞ്ഞുപോകും. മഴപെയ്താൽ പിന്നെ വെള്ളം കിണറ്റിൽപ്പോയി കോരേണ്ടതില്ല. കൂരയ്ക്കകത്തുതന്നെ കുടിക്കാനും ചോറ്വെക്കാനും കിട്ടും. ഓലപ്പഴുതിലൂടെ മഴ തുള്ളികളായി അകത്തേക്ക് പെയ്യുന്നുണ്ടാകുമല്ലോ.

"അച്ഛൻ മരിച്ച കാര്യം പറഞ്ഞിരുന്നല്ലോ.... അതെങ്ങനെയായിരുന്നു?" ആദ്യമായി നന്ദുവിന്റെ ശബ്ദം കേട്ടപ്പോൾ അയാൾ ആനന്ദത്തോടെ ചിരിച്ചു.

"പറയാം. അതൊക്കെ പറഞ്ഞു തുടങ്ങിയതായിരുന്നു. അതിനിടയ്ക്ക് മറ്റൊരു വഴിയിലേക്ക് തെന്നി.....

എന്റപ്പന്റെ പേര് 'കുഞ്ഞൻ' എന്നായിരുന്നു. 'ഓലിയാട്ട്' എന്ന പ്രതാപികളായ നമ്പൂരിജന്മിമാരുടെ ഇല്ലത്തായിരുന്നു അപ്പന് പണി. പണിയെന്നു പറഞ്ഞാൽ അതിൽ എല്ലാം പെടും. ചാണകം വാരുക, പശുവിനെ തീറ്റിക്കുക, തെങ്ങിലും കവുങ്ങിലും കയറുക, പറമ്പ് കിളയ്ക്കുക, മഴക്കാലമായാൽ പണി പിന്നെ പാടത്താകും. കണ്ടമൊരുക്കുക, നിലമുഴുക, ഞാറുനടുക, കറ്റകെട്ടുക, കളപറിക്കുക-കൊയ്ത്തുകാലമായാൽ നെല്ലുകൊയ്യൽ, കറ്റകെട്ടൽ, മെതിക്കൽ, പത്തായം നിറയ്ക്കൽ തുടങ്ങി ഒരു മിനുട്ട് ഒഴിവില്ലാത്ത പണി. പണിയോടു പണി. രാവിലെ ഏഴര വെളുപ്പിന് തുടങ്ങുന്ന പണി തീരുമ്പോഴേക്കും സൂര്യൻ അസ്തമിച്ചിട്ടുണ്ടാകും.

"അപ്പോ പണം ധാരാളം കിട്ടുമായിരിക്കും..... അല്ലേ."

ഹ! ഹ! -അയാൾ ഇളകിച്ചിരിച്ചുകൊണ്ട് പറഞ്ഞു. നയാ പൈസ കിട്ടില്ല കൂലിയായിട്ട്. ആകെ കിട്ടുന്നത് ഉടുത്ത തോർത്തുമുണ്ടില് കെട്ടാൻ പാകത്തിൽ നാഴി നെല്ലോ ഇല്ലത്ത് ബാക്കിയായ പുളിച്ച ഭക്ഷണമോ ആയിരിക്കും. കൊയ്ത്തുകാലമായാൽ നൂറുപറ നെല്ലിന് രണ്ടുപറ എന്ന തോതിൽ നെല്ല് കൂലിയായി കിട്ടും. അത് കുത്തിയെടുത്താണ് ഉണ്ണുക. മഴക്കാലം മിക്കവാറും പട്ടിണിതന്നെയായിരിക്കും. തോട്ടിൽ പോയി പരലുകൾ ഊറ്റിയെടുത്തിട്ട് അത് ചുട്ടുതിന്നുക, ആമയെയോ തവളയെയോ കിട്ടി

യാൽ കറിവെച്ചുതിന്നുക, കാട്ടുമുയലിനെയോ കുളക്കോഴിയെയോ, എരണ്ടകളെയോ പിടിച്ചുതിന്നുക- തുടങ്ങിയവയായിരുന്നു പട്ടിണിയെ ആട്ടിപ്പായിക്കാൻ ഞങ്ങള് ചെയ്തുകൊണ്ടിരുന്നത്.

-അപ്പനെ കൊന്ന കാര്യമാണ് ഞാൻ പറഞ്ഞുവന്നത്.

അപ്പൻ പാവമായിരുന്നു..... എന്നാലോ അഭിമാനിയും. എത്ര ആട്ടും തുപ്പും സഹിച്ചാലും അപ്പന് ഇല്ലത്തുള്ളവരോട് വല്ലാത്ത സ്നേഹമായിരുന്നു. അന്തർജ്ജനങ്ങൾ എന്നാണ് ഇല്ലത്തെ സ്ത്രീകളെ വിളിക്കുക. അടുക്കളഭാഗത്തെ ജോലിക്കായി വിളിച്ചാൽ നിലത്ത് നോക്കിയേ സംസാരിക്കാൻ പാടുള്ളൂ. തലയുയർത്താനോ അവരോട് മറുത്തു പറയാനോ പറ്റില്ല.

ഒരിക്കൽ, പറമ്പിൽ മണ്ണിളക്കുകയായിരുന്നു അപ്പൻ. ഇല്ലത്തുള്ളവർ കുളിക്കുന്ന വലിയൊരു കുളമുണ്ടായിരുന്നു അരികിൽ. അപ്പൻ കിളച്ചുകൊണ്ടിരിക്കുമ്പോൾ കുളത്തിൽനിന്ന് ഒരു കൊച്ചുകുഞ്ഞിന്റെ കരച്ചിൽ കേട്ടു. വെള്ളത്തിൽവീണ് ജീവനുവേണ്ടി പിടഞ്ഞുകരയുകയാണ് കുഞ്ഞ്.

അപ്പൻ, കൈക്കോട്ട് നിലത്തിട്ട് കുളത്തിലേക്ക് പായാൻ തുടങ്ങിയതും കറപ്പൻ എന്ന സുഹൃത്ത് തടഞ്ഞു.

"കുഞ്ഞാ, തീണ്ടല്ള്ളതാണ്.... നീ പോണ്ട...."

"എന്ത് തീണ്ടല്.... അത് വെള്ളം കുടിച്ച് ചാകുന്നത് നോക്കി നിക്കാൻ കഴീല്ല...." - അതും പറഞ്ഞ് കുഞ്ഞൻ പാഞ്ഞു ചെന്നു. വെള്ളത്തിലേക്ക് എടുത്തുചാടി.

അവസാനത്തെ പിടച്ചിലും കഴിഞ്ഞ് കുഞ്ഞ് കുളത്തിന്റെ ആഴത്തിലേക്ക് പോകുകയായിരുന്നു.

കുഞ്ഞൻ ആ പത്തുവയസ്സുകാരനെ റാഞ്ചിയെടുത്തു. കരയിലേക്കു കയറ്റി. മറ്റൊന്നുമോർക്കാതെ അതിന്റെ വയറ്റിലുണ്ടായിരുന്ന വെള്ളം പുറത്തേക്കിറക്കി.

പിന്നീടുണ്ടായത് വലിയൊരു പുകിലായിരുന്നു. കുഞ്ഞൻ ചെയ്തത് ശരിയായിരുന്നെന്ന് കുട്ടിയുടെ വീട്ടുകാർ പറഞ്ഞെങ്കിലും ബന്ധുക്കൾ ശരിവെച്ചില്ല. "കുഞ്ഞിനെ ഒരു ചെറുമൻ തൊടുകയോ... അശ്രീകരം. അവനെ ചുട്ടുകൊല്ലണം...." അവരുടെ വിധി അപ്രകാരമായിരുന്നു.

രാത്രി മൂന്നു നാലു വാല്ല്യക്കാർ കുടിയിൽനിന്ന് അപ്പനെ

വിളിച്ചിറക്കിക്കൊണ്ടുപോയത് മാത്രമോർമ്മയുണ്ട്. നിലാവുള്ള രാത്രിയായിരുന്നു അത്. ദൂരെ എവിടെയോനിന്ന് പുള്ളുകൾ പാടുന്ന ശബ്ദം കേട്ടു. പറയന്മാരുടെ വീടുകളിൽനിന്ന് തുടി കൊട്ടുന്ന ശബ്ദവും.

ഇടതുകൈകൊണ്ട് കുഞ്ഞായ എന്നെ വാരിപ്പിടിച്ച് കിടക്കുകയായിരുന്നു അപ്പൻ.

അപ്പോഴാണ് വിളിക്കാൻ ആളുവന്നത്. ഇല്ലത്തേക്ക് ഒന്ന് അത്യാവശ്യമായി ചെല്ലണമെന്ന്. വല്ല്യ നമ്പൂതിരിക്ക് അപ്പനെക്കൊണ്ട് എന്തോ കാര്യംണ്ടത്രെ....

അല്പം കഴിഞ്ഞ് കുടിലിനു തൊട്ടടുത്തായി ഒരു തീനാളവും ആർപ്പും കേട്ടപ്പോൾ ഞാൻ ഓടിച്ചെന്നുനോക്കി. ശരീരത്തിൽ തീപിടിച്ച് ഇളകിമറിഞ്ഞുവീഴുന്ന അപ്പനെ തൊണ്ട തകർന്ന കരച്ചിലോടെ ഞാൻ നോക്കിനിന്നു. കരുത്തുറ്റ ആ ശരീരം ആവേശത്തോടെ നക്കിത്തിന്നുന്ന തീ എന്റെ മനസ്സിലേക്ക് പാഞ്ഞു കയറിയത് അന്നായിരുന്നു.

5

സമ്മാനമഴ

ഗ്യാരേജിലേക്ക് കാറ് കയറ്റിവെക്കുന്ന മുരൾച്ചകേട്ടപ്പോഴാണ് കഥയുടെ ചരടു പൊട്ടിപ്പോയത്.

"നന്ദൂ.... ഞാനിപ്പം പോവ്വാണ്. ചില്ലുകൂട്ടിനകത്തേക്ക്. നിനക്ക് കേൾക്കാൻ താല്പര്യമുള്ളിടത്തോളം കഥ എന്റെ മനസ്സിലുണ്ട്.... ഇനീം വരണം."

നന്ദു പുഞ്ചിരിയോടെ കൈ വീശിക്കാണിച്ചു.

പിന്നെ എല്ലാം ഞൊടിയിടകൊണ്ടാണ് നടന്നത്.

അവൻ കണ്ണുചിമ്മിത്തുറന്നതും ചില്ലുകൂട്ടിനകത്ത്, പഴയ അതേ പഞ്ജരമായി കണ്ടതേ!

പരിശോധനാ വാതിൽ അടച്ചശേഷം അവൻ ടി വി ഓൺ ചെയ്തു.

കീചെയിൻ കൈയിലിട്ട് കറക്കി ഗിരീഷങ്കിൾ വന്നു. കൂടെ ആന്റിയും. "അല്ലാ.... പനിയൊക്കെ മാറ്യോ...." ഗിരീഷങ്കിൾ ചോദിച്ചു. അവൻ തലയാട്ടി.

നെറ്റി തൊട്ടു നോക്കിയിട്ട് ഗിരീഷങ്കിൾ അവന്റെ പൾസ് പിടിച്ചു നോക്കി.

"ഉള്ളിലമർന്ന് കിടപ്പാ.... ഇനീം വരും...." ഗിരീഷങ്കിൾ ഒരു സമ്മാനപ്പൊതി അവനു നേരെ നീട്ടിക്കൊണ്ട് പറഞ്ഞു.

"ഇതാ നന്ദുവിനൊരു സമ്മാനം. ആന്റിയുടെ വകയാ....

പക്ഷേ, ഞാൻ തരുന്നൂന്ന് മാത്രം. ഒരു കണ്ടീഷനുണ്ട്.” നീട്ടിയ കൈ പിൻവലിച്ചശേഷം ഗിരീഷങ്കിൾ പറഞ്ഞു. “ഇതിനുള്ളിൽ എന്താണെന്ന് ഊഹിച്ചു പറയണം. മൂന്ന് ശരിയുത്തരങ്ങൾ പറയാം. ‘ശരി’ അതിലൊന്നായിരിക്കണം.” അവനാലോചിച്ചു നോക്കി. ഗിരീഷങ്കിൾ ഡോക്ടറാണ്. ആന്റിയും നന്നായി പഠിച്ചവർ. എന്തായിരിക്കും ഈ സമ്മാനം.

അവന്റെ മനസ്സിൽ പെട്ടെന്നുതന്നെ ഉത്തരം പൊന്തിവന്നു. “മൊബൈൽ ഫോൺ....”

“ഉത്തരം തെറ്റ്. ഏഴാം ക്ലാസുകാരനായ നിനക്ക് ഞങ്ങൾ മൊബൈൽ വാങ്ങിത്തന്നാൽ ഞങ്ങളെ അറസ്റ്റ് ചെയ്യണം....”

ആ മറുപടികേട്ട് ആന്റി ചിരിയോ ചിരി.

രണ്ടാമത്തെ ഉത്തരവും പറഞ്ഞു. “ഐപാഡ്....”

“തെറ്റി.... ഇതൊക്കെ വാങ്ങിത്തരാം നിനക്ക്.... നീ മുതിർന്ന് വല്ല്യ ആളായിക്കഴിഞ്ഞിട്ട്. നിനക്ക് വകതിരിവ് വന്നിട്ട്....”

ഒരു ചാൻസുകൂടി. അവൻ കൂടുതൽ ആലോചിക്കാൻ മെനക്കെട്ടില്ല എന്നതാണു ശരി. “ഇൻസ്ട്രുമെന്റ് ബോക്സ്....”

“മൂന്നും തെറ്റി. എങ്കിലും, ഇനി നീ നേരിട്ട് തുറന്നു നോക്കൂ.... നിന്റെ ക്ഷമ നശിച്ചിരിക്കുന്നു.”

ആ സമ്മാനപ്പൊതിയെ അവൻ സാവകാശത്തിൽ കീറാൻ തുടങ്ങി. ഓരോ പാളികളും തുറന്നിടുമ്പോൾ അവന്റെ മുഖത്ത് ആകാംക്ഷയുടെ തീനാളങ്ങൾ കൂടുതൽ പ്രകാശിച്ചുകൊണ്ടിരുന്നു.

അവസാനത്തെ കൊച്ചുപെട്ടിയുടെ ഉള്ളിൽ, ചുകന്ന ഒരു ഉറുമാലിൽപൊതിഞ്ഞ് അവനുള്ള സമ്മാനം വിശ്രമിക്കുന്നുണ്ടായിരുന്നു. അതിമനോഹരമായ ഒരു ബൈനോക്കുലർ.

ജപ്പാൻ നിർമ്മിതമായിരുന്നു അത്. അതിന്റെ ഇരുഭാഗവും വളയ്ക്കാവുന്നതാണ്. ഇരുകണ്ണുകൾക്കും കാണാൻ പാകത്തിൽ.

നന്ദു കൃതജ്ഞതയോടെ ആന്റിയെ നോക്കി. ഗിരീഷങ്കിൾ അവന്റെ ഭാവമാറ്റം നോക്കിനില്ക്കുകയാണ്. പുഞ്ചിരിയോടെ.

“താങ്ക്സ്.”

“വെൽകം നന്ദൂ.... നിനക്ക് വിശക്കുന്നില്ലേ...”

“ഇല്ല. ഇപ്പം കഞ്ഞി കുടിച്ചതേള്ളൂ......”

"ഓ.... ആവട്ടെ.... ഗുളികയോ...."

"ഇനി വൈകുന്നേരം. ഉച്ചയ്ക്കത്തേത് കഴിച്ചു."

"ഉം...."

അവരിരുവരും അകത്തെ മുറിയിലേക്ക് പോയപ്പോൾ, നന്ദു ഫ്ളാറ്റിന്റെ കൂറ്റൻ ചില്ലുകൾക്കപ്പുറത്തേക്ക് തന്റെ കാഴ്ചകൾ പായിക്കാൻ തീരുമാനിച്ചു.

ദൂരെ, തനിക്ക് പിടിതരാതെ നില്ക്കുന്ന കാഴ്ചകളെ അരികിലേക്ക് കൊണ്ടുവരണം.

അവൻ ബൈനോക്കുലർ നെറ്റിക്കുമുകളിൽ ഉറപ്പിച്ചശേഷം അതിന്റെ ലെൻസുകൾ അഡ്ജസ്റ്റ് ചെയ്യാൻ തുടങ്ങി.

പുകമഞ്ഞു മൂടിയ, അവ്യക്തമായിമാത്രം അവൻ മുമ്പു

കണ്ടിരുന്ന ഒരു കെട്ടിടം ദാ... ഇപ്പോൾ അവന്റെ തൊട്ടടുത്ത്....

ആ കെട്ടിടം ഒരു ജീർണിച്ച അവശിഷ്ടമാണ്. ഇപ്പോഴാണ് അവനാ കാഴ്ച കാണുന്നത്. മൂന്നു നാലു പൂച്ചകൾ. രണ്ടു നായ കൾ, ഒന്നോ രണ്ടോ മുയലുകൾ.... ഇതെല്ലാം ആ വീടിന്റെ പുല്ലു ചെത്തിക്കളഞ്ഞ ഒരിത്തിരി മുറ്റത്ത്.

വിചിത്രമായ കാഴ്ച. അവൻ ബൈനോക്കുലർ സൂം ചെയ്തു. അപ്പുറത്തുനിന്ന് പല്ലു തേയ്ക്കുകയാണ് ഒരു കിളവിയമ്മൂമ്മ.

വീണ്ടും ബൈനോക്കുലർ പൂച്ചകളിലേക്കും, നായകളി ലേക്കും തിരിച്ചു. ആ ജന്മശത്രുക്കളായവർ ഉറ്റമിത്രങ്ങളെപ്പോലെ തോളുരുമ്മി നിൽക്കുന്നു. മുയലുകൾ പഞ്ഞിക്കെട്ടുപോലെ ഒരു മൂലയ്ക്ക് പതുങ്ങിനിൽക്കുന്നു.

ചുറ്റും കാടുപിടിച്ചു കിടക്കുകയാണ്. ഏതോ ഭിക്ഷാടന ക്കാരോ മറ്റോ ആയിരിക്കും- അവനു തോന്നി.

ഒരുപക്ഷേ, വീട്ടുകാർ ഉപേക്ഷിച്ച സ്ത്രീയായിരിക്കും അത്. നല്ല സ്നേഹമൊക്കെ ഉള്ളിലുള്ള സ്ത്രീ. മക്കളെ സ്നേഹിക്കാൻ കിട്ടാതായപ്പോൾ അവർ മൃഗങ്ങളെ വളർത്തുകയായിരിക്കും. അ വന് ആ കാഴ്ചയിൽ സഹതാപം തോന്നി.

നഗരക്കാഴ്ചകൾ മനംമടുപ്പിക്കുന്നതുതന്നെ. കൂറ്റൻ ദിനോ സറുകളുടെ ഫോസിലുകൾപോലെ- ഫ്ളാറ്റുകളുടെയും മറ്റും പണിപൂർത്തിയായിട്ടില്ലാത്ത കെട്ടിടങ്ങളാണ് തലങ്ങും വിലങ്ങും. പിന്നെ ഹൈവേയിലേക്ക് കണക്ട് ചെയ്ത് പോകുന്ന തിരക്കു പിടിച്ച റോഡ്.

ഇസ്തിരിപ്പെട്ടിയുടെ വലുപ്പത്തിൽ ഓട്ടോറിക്ഷകൾ സോപ്പു പെട്ടിപോലുള്ള ഇന്നോവകാറുകൾ ഉറുമ്പുകളെപ്പോലെ അരി ച്ചുനീങ്ങുന്ന മനുഷ്യർ....

കാഴ്ചയുടെ അമ്പരപ്പിൽ അവൻ ഏറെ നേരം നിന്നു. അപ്പോ ഴേക്കും ഇരുട്ടു പരക്കാൻ തുടങ്ങിയിരുന്നു.

ആകാശത്തിന്റെ ചുകന്ന പശ്ചാത്തലത്തിലൂടെ പക്ഷികൾ ഒഴുകിപ്പോകുന്നു. അവ ചിറകനക്കുന്നുണ്ടോ എന്നു സംശയം. കാണുന്നില്ലെങ്കിലും, ആ കൊക്കിലുണ്ടാകും മക്കൾക്കുള്ള അന്നത്തെ അന്നം.

പെട്ടെന്ന് അവന് അമ്മയെ ഓർമ്മ വന്നു. അമ്മയുടെ മണം.

ബൈനോക്കുലർ അതിന്റെ ലെതർ പെട്ടിയിൽ നിക്ഷേപിച്ച ശേഷം അവൻ മുറിയിലേക്ക് പോയി.

അമ്മയുടെ ഫോട്ടോ പതിച്ച പഴയ ഒരു ആൽബത്തിന്റെ പേജ് അവൻ കൂടെ കരുതിയിട്ടുണ്ടായിരുന്നു.

അതെടുത്ത് അവൻ പതുക്കെ തടവി.

"അമ്മേ...." രണ്ടിറ്റ് കണ്ണീർ നിലത്തുവീണപ്പോൾ അത് ആ ഫോട്ടോയുടെ മുകളിലേക്കാകേണ്ട എന്നു കരുതി അവൻ കൈ കൊണ്ട് തുടച്ചു.

ശർമ്മസാർ വന്നപ്പോൾ നന്ദു ആദ്യമേ ഒരു സംശയം ചോദിച്ചു. "ജന്മികൾ ഇപ്പോഴുമുണ്ടോ...."

"എവിടുന്നാ നന്ദുവിന് ജന്മികളെക്കുറിച്ച് വിവരം കിട്ടിയത്...."

"വായിച്ചതാ...."

"ഓ.... എന്ത് വായിച്ചു."

"പഴയകാലത്ത് അവർ ഒരുപാട് അക്രമങ്ങൾ ചെയ്തിരുന്നു എന്നൊക്കെ."

"ശര്യാണ്...." ശർമ്മസാർ പറഞ്ഞു. "ജന്മിമാരുടെ കൂട്ടത്തിൽ അക്രമികൾ ഉണ്ടായിരുന്നു. നല്ലവരുമുണ്ടായിരുന്നു."

"നല്ലവരോ...."

"അതെ.... നല്ലവരുമുണ്ടായിരുന്നു അവരുടെ കൂട്ടത്തിൽ. നീ ഇ എം എസ് എന്ന് കേട്ടിട്ടുണ്ടോ....."

"ഉണ്ട്. കേരളത്തിലെ ആദ്യ മുഖ്യമന്ത്രി....."

"അതെ.... നല്ലവനായ ഒരു ജന്മിയായിരുന്നു ഇ എം എസ്." പുഞ്ചിരിയോടെ ശർമ്മസാർ തുടർന്നു. "ആ വ്യവസ്ഥിതിയാണ് തെറ്റ്. അതാണ് വിമർശിക്കപ്പെടേണ്ടത്."

"എന്നുവെച്ചാൽ...."

"മനുഷ്യരെ അടിമകളാക്കുന്ന സമ്പ്രദായം ഇന്നും പല നാടുകളിലും നടക്കുന്നുണ്ട്. എന്തിനധികം. ഒറീസയിലും ഹരിയാനയിലും ജന്മികുടിയാൻ സമ്പ്രദായം ഇപ്പോഴും അവസാനിച്ചിട്ടില്ല. വിദ്യാഭ്യാസം നേടാൻ കഴിയാത്തവരാണ് കുടിയാന്മാരിൽ ഏറിയവരും. വിദ്യാഭ്യാസം നല്കാതിരിക്കുക എന്നുള്ളത് ജന്മിമാരുടെ ഒരു തന്ത്രമാണ്...."

"അതെങ്ങനെയാണ് സാർ...."

"വിദ്യാഭ്യാസം നേടുന്നതിലൂടെ മനുഷ്യൻ ചരിത്രത്തെക്കുറിച്ച് അറിയും. പോരാട്ടങ്ങളെക്കുറിച്ചും ചൂഷണങ്ങളെക്കുറിച്ചും മനസ്സിലാക്കും. പതുക്കെ താനാരാണ് എന്നു മനസ്സിലാക്കും. അതോടെ ജന്മിമാരുടെ കാര്യം പരുങ്ങലിലുമാകും...."

പെട്ടെന്ന് എന്തോ ഓർത്തിട്ടെന്നപോലെ ശർമ്മസാർ തിരിച്ചുവന്നു. "കം ടു ഔവർ പ്രോബ്ലംസ്. ടേക്ക് യുവർ നോട്ട്."

നന്ദു ഇംഗ്ലീഷ് നോട്ട് തുറന്നു.

രാത്രി ഉറങ്ങാൻ നേരം നന്ദുവിന്റെ മനസ്സിലേക്ക് ആ കാലത്തെക്കുറിച്ചുള്ള ചിന്തകൾ തെളിഞ്ഞു.

മനുഷ്യൻ മനുഷ്യനെ ഭരിക്കുക.

നിറത്തിന്റെയും, രൂപത്തിന്റെയും വ്യത്യാസത്തിൽ അവനെ കള്ളികളിലാക്കുക. ഒന്നായി കാണാൻ പഠിപ്പിക്കാത്ത മതശാസനകൾ മതത്തിന്റെ ചെലവിൽ അടിച്ചേല്പിക്കുക.

കുഞ്ഞൻ അനുഭവിച്ച സഹനം എത്ര വലുതായിരിക്കും? ഒരു മനുഷ്യൻ വെള്ളത്തിൽ മുങ്ങുന്നത് കണ്ടപ്പോൾ, അയാളെ രക്ഷപ്പെടുത്താനാണ് കുഞ്ഞൻ കുളത്തിലേക്ക് എടുത്തുചാടിയത്. ജീവൻ തൃണവൽഗണിച്ചുകൊണ്ട് ആ കുഞ്ഞിനെ രക്ഷപ്പെടുത്താൻ കുഞ്ഞന് കഴിഞ്ഞു. അതിന്, അയാളെ അഭിനന്ദിക്കേണ്ടതിനുപകരം ചുട്ടുകൊല്ലുക.

എന്തൊരു കാടൻ നീതിയാണത്.....?

ഇവിടെ ഇല്ലാതാകുന്നത് മനുഷ്യത്വം തന്നെയാണ്.

കീഴ്ജാതിക്കാരനാൽ അശുദ്ധമാക്കപ്പെട്ടു എന്നാണ് അയാളെ കൊല്ലാനുള്ള കാരണമായി പറയുന്നത്.

ചിന്തകൾ, കടന്നലുകളെപ്പോലെ അവനെ ആക്രമിച്ചുകൊണ്ടിരിക്കെ, അവന്റെ കൺപോളകൾ മെല്ലെ മെല്ലെ അടഞ്ഞു. മറ്റൊരു സ്വപ്നത്തിന്റെ പടുകൂറ്റൻ വാതിൽ അവനു മുമ്പാകെ തുറക്കപ്പെട്ടു.

6

കഥ കേട്ടുറങ്ങിയ രാവ്

കണ്ടന്റെ കഥയിൽ ദിവസങ്ങളോളം ലയിച്ചിരിക്കാൻ കഴിഞ്ഞിരുന്നെങ്കിൽ എന്ന് നന്ദു പിന്നീട് പലപ്പോഴും ആഗ്രഹിച്ചു പോയിരുന്നു. പക്ഷേ, കഥ കേൾക്കാനുള്ള സാവകാശം അവന് ലഭിച്ചില്ല. തന്റെ കഥ, അതിന്റെ രസച്ചരടുപൊട്ടിക്കാതെ പറയാനുള്ള സന്ദർഭം കണ്ടനും ഒത്തുകിട്ടിയില്ല.

പിറ്റേന്ന് എല്ലാവരും ഉറക്കമായി എന്ന് ഉറപ്പുവരുത്തി ഒച്ചയുണ്ടാക്കാതെ നന്ദു പരിശോധനാ റൂം തുറന്നു. അവന്റെ സാന്നിദ്ധ്യമറിഞ്ഞതും കണ്ടൻ പുറത്തിറങ്ങിവന്നു.

രണ്ടാം ദിവസത്തെ കഥ

നോക്കെത്താ ദൂരത്തോളം പരന്നുകിടക്കുന്ന വിശാലമായ പാടം. കുശുമ്പുപറച്ചിലും, ഞാട്ടിപ്പാട്ടുമൊക്കെയായി പണിക്കാർ ഞാറു നടുകയാണ്.....

"പൂമാതൈ പൊന്നമ്മ പാട്ട്വേട്ടാല്....
ഊക്കൻ കൊര മാറും ബീക്കം മാറും
പൂമാതൈ പൊന്നമ്മ പാട്ട്വേട്ടാല്
പച്ചമരത്തീന്ന് തേനൊലിക്കും....."

-തേയിയും നല്ല പെണ്ണും ആ പാട്ട് നല്ല ഈണത്തിൽ ചൊല്ലുന്നു. ബാക്കിയുള്ളവർ ഏറ്റുചൊല്ലുന്നു.....

വയലുകളിൽ കുഞ്ഞുപരലുകളെ ശാപ്പിടാനായി വന്നു ചേർന്ന കൊക്കുകളുടെ ഒരു വൻപട. അവയുടെ ക്വാക്ക്.... ശബ്ദത്താൽ അവിടം മുഖരിതമായി.

ഇതിനിടയിൽ പുരുഷന്മാരായ ജോലിക്കാർ ഞാറ്റുകട്ട കുട്ടകളിൽ നിറച്ച് കൊണ്ടുവരുന്നു. കുട്ടകളിൽനിന്നും ഒഴുകുന്ന ചെളിവെള്ളം അവരുടെ തലയിലൂടെ, കവിളിലൂടെ കീഴോട്ടൊഴുകുന്നു. ചെളി പാകപ്പെട്ടിട്ടില്ലാത്ത ഇടങ്ങളിൽ കലപ്പകെട്ടിയ മൂരികൾ ഉഴുതുനിരപ്പാക്കുന്നുമുണ്ട്. മണ്ണിന്റെ സുഖമുള്ള ഗന്ധം ഉയരുന്നുമുണ്ട്. അതിനിടയിലാണ് "ഓഹോയ്.... ഓഹോയ്...." എന്ന അമാലന്മാരുടെ ശബ്ദമുയർന്നത്. വലിയൊരു പല്ലക്കിൽ ഏതോ യാത്രകഴിഞ്ഞ് ജന്മി തിരിച്ച് ഇല്ലത്തേക്ക് പോകുകയാണ്.

നാലുപേർ ചുമക്കുന്ന, ഇരുഭാഗത്തും ഉഴിഞ്ഞു ഭംഗിയാക്കിയ മരക്കോലും നടുക്ക് രണ്ടുപേർക്ക് ഇരിക്കാവുന്ന ഇരിപ്പിടവുമൊരുക്കിയ ഒരു വാഹനമാണ് പല്ലക്ക്.

ആഢ്യന്മാരായ നമ്പൂതിരിമാരും പ്രഭുക്കന്മാരും മാത്രം സഞ്ചരിക്കുന്ന വാഹനം.

ഞാറ്റുപാടത്തിന്റെ അക്കരെയായി അമാലന്മാർ പല്ലക്ക് താഴ്ത്തിവെച്ചു. വല്ല്യതമ്പുരാൻ അതിൽനിന്ന് പുറത്തിറങ്ങി. സ്വർണ്ണവർണ്ണം, തടിച്ച് നീണ്ട ശരീരം. തലയിൽ കുടുമ കെട്ടിവെച്ചിരിക്കുന്നു. കഴുത്തിൽ സ്വർണ്ണംകെട്ടിയ രുദ്രാക്ഷം. കാലിൽ മെതിയടി. വീരാളിപ്പട്ടും ധാരാളം സ്വർണ്ണമാലകളുമണിഞ്ഞ വലിയതമ്പുരാൻ എല്ലാവരെയും വിളിച്ചു.

അതുകേട്ട കാര്യസ്ഥൻ ശങ്കുണ്ണിനായർ ഉറക്കെ വിളിച്ചു: " എല്ലാവരും വരീൻ...."

"റാൻ.... റാൻ...." എല്ലാവരും ജോലി ചെയ്യുന്നത് മതിയാക്കി ജന്മിയുടെ അല്പമകലെ ചെളിയിൽനിന്നു.

"നല്ലപെണ്ണേ....."

ജന്മിയുടെ അരിശത്തോടെയുള്ള വിളി പൊങ്ങി.

"നിന്റെ മോനെവിടെ.... ആ തോന്ന്യാസിച്ചെക്കൻ...." കണ്ടനെ ഉദ്ദേശിച്ചാണ് ജന്മി ചോദിച്ചത്.

നല്ലപെണ്ണിന്റെ തൊണ്ടവരണ്ടു. അവൾക്ക് ആകെ പരിഭ്രമമായി. എന്തുപറയും. നേരം വെളുത്തപ്പം മോന്റെ പിറകേ കുറേ നടന്നതാണവൾ. അവൻ കൂട്ടാക്കിയില്ല.

"തമ്പുരാന്റെ അടിമപ്പണിക്ക് ഞാനില്ല." അവൻ തീർത്തു പറഞ്ഞു.

"ചോദിച്ചത് കേട്ടില്ലേടീ.... നിന്റെ മോൻ എവിടേന്ന്...."

കാര്യസ്ഥന്റെ ഉച്ചത്തിലുള്ള രണ്ടാമത്തെ ചോദ്യം. അവൾ വിക്കി വിക്കി പറഞ്ഞു.

"തമ്പുരാൻ പൊറുക്കണം.... ഓന് നല്ല സുഖംല്ല....."

"ഓന്റെ സൂക്കേട് നോമിനറിയാം.... അത് മാറ്റിക്കൊടുക്കാന്ന് പറഞ്ഞേക്കൂ..... അച്ഛന്റെ കഥ ഇത്രവേഗം മറന്നോ നിന്റെ മോൻ...."

"മാപ്പാക്കണം.... തമ്പുരാക്കളേ... ഞാൻ കൊണ്ടോന്നോളാമേ...." നല്ലപെണ്ണ് കരച്ചിലോടെ തലകുനിച്ചു.

കത്തിക്കരിഞ്ഞ തന്റെ ഭർത്താവിന്റെ വിറകിൻകൊള്ളിപോലുള്ള അവശിഷ്ടം അവളുടെ ഓർമ്മയിലെത്തി.

അസ്ഥി മാത്രമായ ആ ശരീരത്തിലൂടെ ഒരു വിറ പാഞ്ഞുപോയി.

വൈകുന്നേരം ജോലികഴിഞ്ഞ് കുറച്ച് ഉണക്കമത്സ്യവും കാലണക്ക് വെല്ലവും വാങ്ങി അവൾ കൂരയിലെത്തി.

മകൻ ഇനിയും എത്തിയിട്ടില്ല.

അവനിങ്ങോട്ട് വരട്ടെ. കുറേ ശകാരിക്കണം. താൻ മരിച്ചുകളയുമെന്ന് പറയണം. തന്നോട് നല്ല സ്നേഹമാണവന്.

അപ്പനെ കൊന്നതിനാലാണ് അവന് തമ്പുരാനോട് പക. അപ്പന്റെ മരണശേഷം അവന്റെ മുഖത്ത് ഒരു ചിരി തെളിഞ്ഞു കണ്ടിട്ടില്ല.

വയസ്സ് വരുന്ന മേടത്തിൽ ഇരുപത് തികയുകയാണ്. തണ്ടും തടിയുമുറച്ചു. മീശയും താടിയും വളർന്നു. ഒത്ത ഒരു പുരുഷനായ് തന്റെ മകൻ വളർന്നിരിക്കുന്നു. രണ്ടു മൂന്നു കൊല്ലം കഴിഞ്ഞാൽ അവന്റെ മംഗല്യം കഴിക്കാം. അതുകഴിഞ്ഞ് അവന്റെ ഭാര്യയും പേരക്കുട്ടികളുമൊത്തുള്ള ഒരു ജീവിതം ആ അമ്മയുടെ മനസ്സിലൂടെ കടന്നുപോയി.

അതേസമയംതന്നെ ജന്മിയുടെ ഭീഷണിയും മനസ്സിൽ മുഴക്കത്തോടെ പ്രതിദ്ധ്വനിച്ചു.

ഇരുട്ടിലൂടെ ഒരു ചൂട്ട് കുന്നുകയറിവന്നു. നല്ലപെണ്ണ് നോക്കി നില്ക്കെ ആ ചൂട്ട് നിലത്ത് കുത്തിക്കെടുത്തി കണ്ടൻ തലയും ഉടലും വളച്ച് കൂരയ്ക്കുള്ളിലേക്ക് കയറി.

നല്ലപെണ്ണ് ഒരു പാത്രത്തിൽ ചൂടുള്ള കഞ്ഞിയും കനലിൽ ചുട്ടെടുത്ത ഉണക്കമീനുമായി അവനരികിലെത്തി.

അവൻ നിലത്ത് ചമ്രം പടിഞ്ഞിരുന്നു. ചൂടുള്ള കഞ്ഞി ചൂടാറ്റാൻ പതുക്കെ ഇളക്കി അതിൽ ഊതി അല്പാല്പമായി അവൻ കുടിക്കുന്നതും നോക്കി അവൾ നിന്നു.

"കണ്ടാ....."

അവൻ അമ്മയുടെ വിളിക്ക് ഉത്തരമായി ഒന്നു നോക്കി.

"തമ്പുരാൻ വന്നിനും മോനേ...."

"ങ്ആ" താല്പര്യമില്ലാത്തവിധം കണ്ടൻ മൂളി.

"നാളേക്ക് നിനക്ക് കണ്ടത്തില് പണിക്ക് പോയ്ക്കൂടേ...."

"നിക്ക് വയ്യ..."

"അങ്ങനെ പറയാതെ മോനേ.... തമ്പുരാൻ നല്ല കോപത്തിലാ...."

"പണിക്ക് കൂലി കിട്ട്യാ.... ഞാൻ വരുംന്ന് പറ...."

"നെല്ല് കൂല്യല്ലെടാ...."

"നെല്ല് പോരാ..... അദ്ധ്വാനിക്കുന്നതിന് കൂലി പണായിട്ട് വേണംന്ന്....."

"അങ്ങനൊന്നും പറയാതെ മോനേ.... തമ്പുരാൻ എന്തെങ്കിലും കടുംകൈ ചെയ്താ.... ആർക്കാ ചേതം നിക്കല്ലാതെ...." ഗദ്ഗദപ്പെട്ടുകൊണ്ട് നല്ലപെണ്ണ് പറഞ്ഞു.

"ആരും ഒന്നുംചെയ്യില്ല അമ്മേ.... അവര്ക്കെല്ലാം കാര്യം മനസ്സിലായി വര്ന്ന്ണ്ട്. എന്നും തല്ലാനും കൊല്ലാനും നിന്ന് കൊടുക്കാൻ നമ്മള് മൃഗങ്ങളല്ല.... മനുഷന്മാരാ...."

അമ്മ ഭീതിയോടെ പുറത്തേക്ക് നോക്കി.

"ആ കാര്യസ്ഥന്റെ ചെവീല് കേട്ടാമതി. തമ്പുരാൻ നമ്മളെ ചുട്ടു കൊല്ലും. ഒന്ന് പതുക്കെ പറയെടാ...."

"അമ്മ പേടിക്കണ്ട. അതിനൊക്കെ മാറ്റം വരാൻ പോവ്വാണ്. പാർട്ടിക്കാര് നമ്മുടെ നാട്ടിലും എത്തിക്കഴിഞ്ഞു."

മനസ്സിലാകാത്തത് എന്തോ കേട്ടപോലെ അങ്കലാപ്പ് നിറഞ്ഞ മുഖത്തോടെ നല്ലപെണ്ണ് പാത്രമെടുത്ത് കഴുകാൻ തുടങ്ങി.

ആ സംഭാഷണം അങ്ങനെ അവസാനിച്ചുവെങ്കിലും, അവരുടെ മനസ്സിൽനിന്ന് ആപത്ശങ്ക നീങ്ങിയില്ല. ഓരോ നിമിഷത്തിലും ഒരു പാദപതനത്തിന് അവർ, ഞെട്ടലോടെ ചെവിയോർത്തു.

കരിയിലകൾ കാറ്റിലിളകുമ്പോൾ, ഒരു ചുള്ളിക്കൊള്ള് ഇളകുമ്പോൾ തമ്പുരാന്റെ ശിങ്കിടികൾ മകനെ പിടിച്ചുകൊണ്ടുപോകാൻ വന്നതാണെന്ന് പേടിച്ച് അവൾ എഴുന്നേൽക്കും. സമയം കടന്നുപോയി.

ഇടവീണ മേൽക്കൂരയിലൂടെ നിലാവെളിച്ചം കൂരയ്ക്കുള്ളിലേക്ക് കടന്നുവരുന്നുണ്ടായിരുന്നു. ഒരു തടിച്ച തടുക്കു പായയിൽ ചെരിഞ്ഞുകിടന്നുറങ്ങുന്ന മകന്റെ മുഖം അവർ സ്നേഹത്തോടെ നോക്കി. പതുക്കെ അരികിൽച്ചെന്ന് ആ മുടി മാടിയൊതുക്കി. അവന്റെ നെറ്റിയിൽ കുനിഞ്ഞുനിന്ന് വാത്സല്യത്തോടെ അവരുമ്മ വെച്ചു. ഒരു തുള്ളിക്കണ്ണീർ ആ ചുംബനത്തോടൊപ്പം അവന്റെ നെറ്റിയിൽ അവശേഷിച്ചു. പിറ്റേന്ന് വയലിൽ പണിയെടുക്കാൻ ചെന്ന നല്ലപെണ്ണിനോട് കാര്യസ്ഥൻ ശങ്കുണ്ണി നായർ പറഞ്ഞു:

"നല്ലപെണ്ണേ.... നീ ഇന്ന് പണിക്കെറങ്ങണ്ട...."

"അതെന്താ.... യജമാനരേ...."

"നിന്റെ കൂടെ കണ്ടനും പണിക്ക് വന്നിട്ട് പണിയെടുത്താ

മതീന്നാ.... തമ്പുരാന്റെ കല്പന...."

നല്ലപെണ്ണ് ഒഴുകിയിറങ്ങിയ കണ്ണീർ തുടച്ചുകളഞ്ഞു. മകളുടെ പ്രസവമടുത്തിരിക്കുന്നു. അവൾക്ക് പ്രസവത്തിന് എന്തൊക്കെ ചെലവുണ്ടാവും. അവനാണെങ്കിൽ ഒരു പണിക്കും പോവൂല. എങ്ങനെയെങ്കിലും തമ്പുരാനെ ജോലിചെയ്ത് തൃപ്തിപ്പെടുത്തി പത്തുറുപ്യ വാങ്ങണമെന്ന് കരുതിയിരിക്കുകയായിരുന്നു. അതിനിടയിലാണ് ഈ സംഭവം.

തിരിച്ച് കുടിയിലെത്തിയ നല്ലപെണ്ണ് വറ്റുകുടുക്കയെടുത്തു. പലപ്പോഴായി അരിയിടുംമുമ്പ് ഓരോ നുള്ള് അതിലിട്ട് വെക്കൽ പതിവാണ്. പഞ്ഞമാസങ്ങളിൽ വല്ലപ്പോഴുമുള്ള ഒരു പിടിവറ്റിന് അത് തികയാറുണ്ട്.

കുടുക്കയിൽ മൂന്നുനാലുദിവസത്തെ കഞ്ഞിക്കുള്ള വകയുണ്ട്. ആരും കടം ചോദിച്ച് വരാതിരുന്നാൽ മതിയായിരുന്നു. ചോദിച്ചാൽ കൊടുക്കാതിരിക്കാൻ വയ്യ. എപ്പോഴാണ് അന്യന്റെ സഹായം ആവശ്യമാവുകയെന്നത് പറയാൻ പറ്റില്ലല്ലോ.

അവൾ കുറച്ച് അരിയെടുത്ത് അത് കഴുകി അടുപ്പത്തിട്ടു. ചുള്ളിക്കമ്പുകളും ഉണക്കിലകളും കൂട്ടി അടുപ്പ് ഊതിയൂതിക്കത്തിച്ചു. മാങ്ങയും മുളകുംകൊണ്ട് അല്പം ചമ്മന്തിയുണ്ടാക്കി. ഉണക്കമീൻ തീർന്നിരിക്കുന്നു.

അരി തിളച്ചപ്പോഴേക്കും കൈയിൽ ഈർക്കിലിൽ കോർത്ത വയൽമീനുകളുമായി കണ്ടൻ കയറിവന്നു.

അപ്പോൾ പിടിച്ചവയാണ്. പുള്ളികളും ചിറകുകളും ഇളക്കി മത്സ്യം ഈർക്കിലിൽ കിടന്ന് പുളയുന്നുണ്ട്.

അവൾ മകനോട് മീൻ വാങ്ങി അതിനെ കഴുത്ത് പിടിച്ച് കൊന്നു. പിന്നെ കത്തിക്കൊണ്ട് അതിന്റെ തൂളി ചീകിയൊഴിവാക്കാൻ തുടങ്ങി.

കണ്ടൻ അമ്മയുടെ അടുത്തിരുന്നു.

"തമ്പുരാൻ ഇന്ന് അമ്മയെ തടഞ്ഞു ല്ലേ...."

"ങ്ആ" അവരുടെ ശബ്ദത്തിൽ അടക്കിപ്പിടിച്ച സങ്കടമുണ്ടായിരുന്നു.

"നാളെ എല്ലാവരും പണിമൊടക്കാൻ പോവ്വാണ്." അമ്മ അവനെ നോക്കി.

"എന്ന് പറഞ്ഞാ.... തമ്പുരാന്റെ പാടത്തു പണിചെയ്യാൻ ഒരാളും പോകില്ലാന്ന് സാരം. പാർട്ടി എടുത്ത തീരുമാനമാണ്. ഇന്ന് അമ്മയെ ഒഴിവാക്കി. നാളെ മറ്റൊരാൾ. ഇങ്ങനെ നമ്മളെ കുരങ്ങ് കളിപ്പിച്ച് രസിക്കാൻ ഇനി തമ്പുരാന്മാര് മടിക്കും അമ്മേ.... അമ്മ നോക്കിക്കോ."

കണ്ടന്റെ വാക്കുകൾ ഭീതിയോടെയാണ് നല്ലപെണ്ണ് കേട്ടത്. ഇനി എന്തെല്ലാം തൊന്തരവുകളാണ് വരാനിരിക്കുന്നതെന്ന് അവർ ഭീതിയോടെ ഓർത്തു.

പെട്ടെന്ന് ആളുന്ന ഒരു അഗ്നികുണ്ഡം അവരുടെ മനസ്സിൽ തെളിഞ്ഞു. ജീവനുള്ള ഒരു മനുഷ്യനെ പച്ചയ്ക്ക് തീവെച്ചതാണ്. പ്രാണരക്ഷാർത്ഥം ആ മനുഷ്യൻ കരയുകയാണ്.... ഉച്ചത്തിൽ.....

"ഹമ്മേ." അവരുടെ തൊണ്ടയിൽ ഒരു വിറ പാഞ്ഞു.

"മോനേ.... നിന്റെ അപ്പനെ അവര് കൊന്നു. ഇനി നിനക്കെന്തെങ്കിലും പറ്റ്യാ.... ഈ പാവപ്പെട്ട അമ്മയ്ക്ക് ആര്ണ്ടാകുമെടാ.... നിന്റെ പെങ്ങക്ക് ഒന്ന് കണ്ണ് നെറച്ചും കാണാൻ നീയല്ലാതെ ആരുണ്ടെടാ..."

അവർ എന്തൊക്കെയോ ചൊല്ലിപ്പറയാൻ തുടങ്ങി. ഇടയ്ക്കിടെ കരയാനും.

കണ്ടൻ ഒന്നും പറഞ്ഞില്ല.

അവൻ ഓർക്കുകയായിരുന്നു.

കറപ്പന്റെ വീട്ടിൽ ഒളിച്ചു താമസിക്കുന്ന സഖാവിനെ....

എപ്പോഴും വായിച്ചുകൊണ്ടിരിക്കുന്ന സഖാവ്. ആരെക്കണ്ടാലും "ലാൽസലാം സഖാക്കളേ...." എന്നു പറഞ്ഞ് നിറഞ്ഞ് ചിരിക്കുന്ന സഖാവ്.

കണ്ണുകൾകൊണ്ടും മനുഷ്യന് മനുഷ്യനെ ആകർഷിക്കാൻ കഴിയും എന്ന് കണ്ടന് മനസ്സിലായത് സഖാവിനെ കണ്ടതുമുതൽക്കാണ്.

എളിമനിറഞ്ഞ ഒരു മനുഷ്യൻ. ഇരുണ്ട നിറം. നീണ്ടുമെലിഞ്ഞ ശരീരം. വരപോലുള്ള നേർത്ത മേൽമീശ. തെളിമയും മൂർച്ചയുമുള്ള സംസാരം. ഓരോ വാക്കും അളന്നുതൂക്കിയാണ് പറയുക.

തന്റെ നാട്ടിൽ പാർട്ടി വളരാൻ പോവുകയാണ്. അവശതയ

നുഭവിക്കുന്നവർക്കും മർദ്ദനമേല്ക്കുന്നവർക്കും തുണനല്കുന്ന മനുഷ്യ സ്നേഹമുള്ള പാർട്ടി. കമ്യൂണിസ്റ്റുപാർട്ടി. സഖാവ് പറഞ്ഞ പ്രധാനപ്പെട്ട കാര്യം ഇതായിരുന്നു. "വായിക്കാനും എഴുതാനും പഠിക്കണം ഓരോരുത്തരും ഉടനെത്തന്നെ."

വായിച്ചു പഠിക്കുന്നതിനെക്കുറിച്ചോർത്തപ്പോൾ അവന്റെ മനസ്സിൽ ഒരു കുളിര് അനുഭവപ്പെട്ടു.

7

മനുഷ്യനെ സ്നേഹിച്ച സഖാവ്

കണ്ടന്റെ കഥയിൽ ഒഴുകിനീങ്ങുകയായിരുന്നു നന്ദു.

കോളിങ് ബെല്ലിന്റെ നിറുത്താതെയുള്ള ശബ്ദമാണ് രസച്ച രട് പൊട്ടിച്ചത്. നന്ദു വേഗം തന്നെ കൺസൾട്ടിങ് റൂമിൽനിന്ന് പുറത്തുകടന്നു. പതുക്കെ അത് പൂട്ടി. താക്കോൽ ഗിരീഷങ്കി ളിന്റെ മേശപ്പുറത്ത് വെച്ചു.

ഉറക്കച്ചുവയോടെ വാതിൽ തുറന്നു. (നാട്യത്തിൽ)

“പകലുറങ്ങുന്നത് അത്ര നല്ല ശീലല്ല കോട്ടോ....” വാത്സ ല്യം നിറഞ്ഞ ഒരു പുഞ്ചിരിയോടെ ആന്റി അവനെയൊന്ന് ഉഴി ഞ്ഞുനോക്കി. “നാളെ സ്കൂളില് പോകേണ്ടേ....”

“ങ്ആ..... തുടക്കത്തില് രണ്ട് മൂന്നു ദിവസം ക്ലാസ് നഷ്ട പ്പെട്ടല്ലോയെന്നോർക്കുമ്പം....”

“സാരംല്ലെടോ.... ആദ്യത്തെ ദിവസങ്ങളിൽ അങ്ങനെ ഗൗര വമായിട്ട് ഒന്നും പഠിപ്പിക്കില്ല്യ. വല്ല പേരും അഡ്രസും കുറിച്ച് രജിസ്റ്റർ ശരിയാക്കുകയാണ് ആ ദിവസങ്ങളിലെ പണി.”

നന്ദു അത്ഭുതത്തോടെ ആന്റിയെ നോക്കി.

“ഇതൊക്കെ ആന്റിക്ക് കൃത്യമായിട്ട് അറിയാമല്ലോ....”

“നീയെന്തു കരുതി. ആന്റി ഗ്രാജ്വേറ്റാ.... മാത്രല്ല ബി എഡും പാസായി. വേണെങ്കില് ടീച്ചറായി പോകാം. പക്ഷേ, എനിക്ക് ഇപ്പോ ഈ ജീവിതമാണിഷ്ടം.”

“സ്കൂളിലെ കാര്യമൊക്കെ എങ്ങനെ അറിഞ്ഞു.”

“ഇത് നല്ല തമാശ. ബി എഡിന് പഠിക്കുമ്പോൾ കുറേ മാസങ്ങൾ ശരിക്കും ടീച്ചറായി ഏതെങ്കിലും സ്കൂളിൽ ചെന്ന് പഠിപ്പിക്കണം. ഇതൊക്കെ അങ്ങനെ പഠിക്കുന്നതാ....”

ആന്റി കുറച്ച് നീലംമാങ്ങ പൂളുകളാക്കി ചെത്തിയിട്ട് ഒരു പ്ലേറ്റിൽ അവനരികിൽ കൊണ്ടുവെച്ചു.

“ടൗണിൽ ‘മാമ്പഴപ്രദർശന’മായിരുന്നു. എത്രതരം മാങ്ങകൾ. എന്തെന്തു വ്യത്യസ്ത രുചികൾ.”

“ഇതേത് ഇനമാ ആന്റീ.” രുചിയോടെ മാമ്പഴം വായിലേക്കിട്ട് അവൻ ചോദിച്ചു.

“ഇത് മൽഗോവൻ.... നല്ലയിനമാണ്....”

ഗിരീഷങ്കിൾ അന്ന് അല്പം വൈകിയാണ് വന്നത്. ഏതോ ഒരു ആക്സിഡന്റ് കേസ് വന്നുപെട്ടതാണ് കാരണം. തല പൂർണ്ണമായും തകർന്ന നിലയിലായിരുന്നു ആശുപത്രിയിൽ കൊണ്ടുവരുമ്പോൾ. അടിയന്തരശസ്ത്രക്രിയകൾ മൂന്നെണ്ണം ചെയ്തുകഴിഞ്ഞു. അയാൾ രക്ഷപ്പെടാൻ പ്രയാസമാണത്രെ. അതിന്റെ കാരണമാണ് ഏറെ വിചിത്രം.

പാൻപരാഗ് വായിലിട്ട് ചവച്ചുകൊണ്ട് ബൈക്ക് ഓടിക്കുന്നതിനിടയിലാണ് അപകടത്തിൽപ്പെട്ടത്. എതിരെവന്ന ഒരു കാർ ഇടിച്ചുതെറിപ്പിക്കുകയായിരുന്നു.

തലപൊട്ടിയതുമാത്രമല്ല വായിലുള്ള പാൻപരാഗിന്റെ അവശിഷ്ടം ശ്വാസകോശത്തിൽ പലയിടങ്ങളിലായി ചിതറിത്തറച്ചു. ശ്വാസകോശത്തിൽനിന്നും ആ അവശിഷ്ടം നീക്കംചെയ്യാൻ ഏറെ ശ്രമകരമാണെന്നാണ് ഗിരീഷങ്കിൾ പറഞ്ഞത്.

പിറ്റേന്ന് സ്കൂളിൽ പോകേണ്ടതിനാൽ നോട്ടുബുക്കുകൾ പൊതിയുന്നതിലായി നന്ദുവിന്റെ ശ്രദ്ധ. നല്ല മിനുമിനുത്ത വിദേശമാഗസിനുകൾ ഇഷ്ടംപോലെയുണ്ട്. നോട്ടുകളും ബുക്കുകളും പൊതിയാൻ ഒരു പ്രശ്നമേയല്ല. ബഹുവർണ്ണക്കളറുകളുള്ള ഗിരീഷങ്കിളിന്റെ ജേർണ്ണലുകൾ എത്ര ഉപകാരപ്രദമാണ്. പൊതിപ്പു കഴിഞ്ഞതും ഉച്ചയായി നേരം.

കുടംപുളിയിട്ടു വറ്റിച്ച മീൻകറിയുടെ കൊതിയൂറുന്ന മണം ഒഴുകി വരുന്നുണ്ട്.

അല്പനേരം ടി വി ഓൺ ചെയ്തിരുന്നു. എന്നും ഓരോരോ പ്രശ്നങ്ങൾ. ഈ മന്ത്രിമാർക്ക് ഭരിക്കാനുള്ള സാവകാശമില്ലല്ലോ. എന്നും വിവാദങ്ങൾ മാത്രം! ഒരു കണക്കിന് ചാനലുകാരെ പറഞ്ഞാൽ മതി. അർഹിക്കുന്ന പ്രാധാന്യമേ ഓരോ വാർത്തയ്ക്കും നല്കാവൂ. പഠിക്കാനും വളരാനുമുള്ള കുട്ടികൾ, നാളെയെക്കുറിച്ചുള്ള നല്ല സ്വപ്നങ്ങൾ കാണാൻ പോലുമാകാതെ ഇത്തരം വാർത്തകൾ കേട്ട് നിരാശ ബാധിച്ചവരായിത്തീരില്ലേ....

ആരോടു പറയാൻ?

എല്ലായിടത്തും പ്രശ്നങ്ങളാണ്. സ്കൂളുകളിൽ, ഓഫീസുകളിൽ, മന്ത്രിസഭയിൽ, തെരുവിൽ.....

അല്പം ഉയർന്ന ഈ ചിന്തകൾക്കു മുന്നിൽ ആന്റി ആവി പാറുന്ന തീൻവിഭവങ്ങളുമായെത്തി.

നല്ല കുത്തരിയുടെ ചോറ്, കടുമാങ്ങാ അച്ചാർ, പരിപ്പും എളവനും ഉടച്ച കറി, ക്വാളിഫ്ളവറിന്റെ ഉപ്പേരി, കൂടാതെ മുളകിട്ട മീൻകറിയും മോരും....

അവനും ആന്റിയും നിറഞ്ഞ സംതൃപ്തിയോടെ ഉണ്ടു. ഉച്ചയ്ക്കുശേഷവും ഡ്യൂട്ടിയായതിനാൽ ഗിരീഷങ്കിൾ എത്തിയിട്ടില്ല.

ഊണിനുശേഷം ആന്റി എന്നത്തേയുംപോലെ അല്പവിശ്രമത്തിനായി പോയി. അവൻ തക്കംപാർത്തിരിക്കുകയായിരുന്നു.

അസ്ഥികൂടത്തിന്റെ - അല്ല - കണ്ടന്റെ കഥ കേൾക്കാൻ.

മൂന്നാം ദിവസത്തെ കഥ

മുറപ്രകാരമുള്ള കുളിയും തേവാരവും കഴിഞ്ഞ് നിലത്തിട്ട തടുക്കിൽ ചമ്രം പടിഞ്ഞിരുന്ന് പാൽക്കഞ്ഞി കുടിക്കുകയായിരുന്നു തമ്പുരാൻ.

വെള്ളിത്തളിക നിറയെ ചൂടാറ്റിയ പാൽക്കഞ്ഞി. അതിന്റെ മുകളിൽ ഇളം മഞ്ഞനിറത്തിൽ ഉരുക്കിയ പശുവിൻ നെയ്യ് പൊങ്ങിക്കിടക്കുന്നു.

പ്ലാവിലക്കുമ്പിൾകൊണ്ടാണ് കഞ്ഞികുടിക്കുക.

തൊട്ടുകൂട്ടാൻ കടച്ചക്ക നുറുക്കിയെടുത്ത ഉപ്പേരി. നെയ്യിൽ മൂപ്പിച്ചെടുത്ത വെളുത്തുള്ളിച്ചമ്മന്തി.

തമ്പുരാൻ ആരംഭിച്ചിട്ടേ ഉണ്ടായിരുന്നുള്ളൂ.... അപ്പോഴേക്കും കാര്യസ്ഥൻ ശങ്കുണ്ണിനായർ പരിഭ്രാന്തിയോടെ ഓടിവന്നു.

"എന്താ ശങ്കുണ്ണീ.... ഒരു പരിഭ്രമം...."

"ഇന്ന് വയലിലെ പണിമുടങ്ങി.... നമ്മുടെ പണിക്കാരെല്ലാം സമരത്തിലാ...."

"സമരോ എന്താ ഈ പറയണേ... നമുക്കെതിരെ സമരം ചെയ്യാൻ ആർക്കാ ധൈര്യം....?"

ശങ്കുണ്ണിനായർ തലചൊറിഞ്ഞു.

"പാർട്ടി നമ്മുടെ നാട്ടിലും ശക്തിപ്പെട്ടു വരാ.... തമ്പുരാനേ....."

"ശിവ.... ശിവ.... നേര് തന്നെയാണോ ശങ്കുണ്ണി ഈ പറയണത്....." കഞ്ഞികുടി മതിയാക്കി തമ്പുരാൻ എഴുന്നേറ്റു.

"പാർട്ടിക്കാരാ ഇതിനു പിന്നിലെന്ന് ആരാ പറഞ്ഞത്?"

"വയലിലെല്ലാം ചുവന്ന കൊടികുത്തിയിരിക്കുന്നു. മാത്രമല്ല അങ്ങാടിയിലൂടെ പ്രകടനവുംണ്ടായി...."

തമ്പുരാൻ പിന്നീട് ഒന്നും പറഞ്ഞില്ല.

മുറുക്കാൻ ചെല്ലം തുറന്ന് വിസ്തരിച്ചുള്ള മുറുക്കൽ ആരംഭിച്ചു. തളിർവെറ്റിലയിൽ ചുണ്ണാമ്പുതേച്ച് മുറിച്ചുവെച്ച നീറ്റടയ്ക്ക ചവച്ച് പുകയിലയും വെറ്റിലയും വായിലിട്ട് നന്നായി മുറുക്കി. സ്വതവേ ചുവന്ന ആ ചുണ്ടുകൾ മുറുക്കാൻ ചുവപ്പുകൂടി ചേർന്നതോടെ രൂക്ഷമായി.

"ആരാ ഇതിനൊക്കെ പിന്നിൽ?"

"ഏതോ ഒരു സഖാവ് ചെറുമച്ചാളകളിൽ മാറിമാറി താമസിച്ച് അവരുടെ മനസ്സ് മാറ്റിയെടുക്കുകയായിരുന്നത്രെ!"

"ങ്ആ.... അപ്പോ അതാണ് കാര്യം...."

അല്പനേരംകഴിഞ്ഞ് തമ്പുരാൻ അസ്വസ്ഥതയോടെ ചോദിച്ചു.

"ഈ വിവരം നമ്മുടെ ആളുകള് ആരും അറിഞ്ഞില്യാന്നാണോ...."

"ഇല്ല തമ്പുരാനേ.... പരമരഹസ്യമായിട്ടായിരുന്നു."

"താനും....." തമ്പുരാന്റെ സംശയംനിറഞ്ഞ കണ്ണുകൾ കാര്യസ്ഥൻ ശങ്കുണ്ണിനായരെ ഉഴിഞ്ഞു.

ശങ്കുണ്ണിനായർ വിവശതയോടെ നിഷേധഭാവത്തിൽ തലയാട്ടി.

"എന്താ ചെയ്യേണ്ടതെന്ന്.... നമുക്കറിയാം..... ആ വേലാണ്ടി

യെയും പ്രഭാകരനേം വിളിക്കൂ..... കളരിഗുരുക്കളെയും വിവരമറിയിച്ചേക്കൂ...."

തമ്പുരാൻ എന്തോ തീരുമാനിച്ചുറച്ചപോലെ എഴുന്നേറ്റു. ആ മുഖത്ത് അസ്വസ്ഥതയുടെ കാർമേഘങ്ങൾ ഉരുണ്ടുകൂടിയിട്ടുണ്ടായിരുന്നു. കത്തിച്ചുവെച്ച മൂന്നുനാലു പന്തങ്ങളുടെ വെളിച്ചം.... പത്തുമുപ്പത്തിയഞ്ചുപേർ നിലത്ത് ചമ്രം പടിഞ്ഞിരിക്കുന്നു. അവരിൽ വൃദ്ധന്മാരുണ്ട്, ചെറുപ്പക്കാരുണ്ട്, മൂന്നുനാലു കൗമാരപ്രായക്കാരും. ഏതാനും സ്ത്രീകളും.... പുരുഷന്മാർ മുഷിഞ്ഞ തോർത്തുമുണ്ടും സ്ത്രീകൾ ഒറ്റമുണ്ടും ഉടുത്തിരിക്കുന്നു. കുട്ടികളിൽ മുതിർന്നവർ മാത്രം കൗപീനം ധരിച്ചിരിക്കുന്നു.

അവർ നിശ്ശബ്ദരായി അവരുടെ സഖാവിനെ കേൾക്കുകയാണ്.

"ജന്മിമാരുടെ പത്തായം നിറയ്ക്കാനുള്ളതല്ല നിങ്ങളുടെ ജീവിതം. മാടുകളെപ്പോലെ പണിചെയ്തിട്ട് വയറുനിറയ്ക്കാനുള്ള വകപോലും കിട്ടുന്നില്ലെങ്കിൽ അതിന് ജോലി എന്നുപറയില്ല. അടിമപ്പണി ഇതിലും ഭേദമാണ്. ഒന്നുമില്ലെങ്കിലും വയറുനിറച്ച് ഭക്ഷണമെങ്കിലും കിട്ടും. ഈ വ്യവസ്ഥിതി മാറിയേ തീരൂ. നമ്മൾ വിതയ്ക്കുന്ന വിത്ത്, നമ്മൾ കൊയ്യുന്ന ധാന്യം, ഇത് നമുക്കുകൂടി അവകാശപ്പെട്ടതാണെന്ന് മനസ്സിലാക്കുന്നവരായിരിക്കണം ഉടമകൾ. അതല്ലാത്തിടത്തോളം കാലം ഈ അടിമപ്പണി നമ്മൾ ബഹിഷ്കരിക്കുക തന്നെ വേണം. പട്ടിണി കിടക്കേണ്ടിവരും; മർദ്ദനങ്ങൾ ഏല്ക്കേണ്ടിവരും; മുന്നോട്ടുവെച്ച കാൽ പിന്നോട്ടുവെക്കരുത്. അവസാന വിജയം നമുക്കു തന്നെയായിരിക്കും സഖാക്കളേ.... ലോകത്ത് മർദ്ദനമനുഭവിക്കുന്ന അനേക ലക്ഷം പേരുണ്ട്. അവരൊക്കെയും സമരത്തിന്റെ പാതയിലാണ്. എല്ലാ സമരങ്ങളും വിജയിക്കട്ടെ. സർവ്വരാജ്യത്തൊഴിലാളികളേ.... സംഘടിക്കുവിൻ.... ശക്തരാവുകിൻ... നാളെ നിങ്ങളുടേതാണ്...."

സഖാവ്പറഞ്ഞു നിർത്തിയതും കാതടപ്പിക്കുന്ന കരഘോഷം മുഴങ്ങി. മനസ്സിലായിട്ടല്ലെങ്കിലും അവിടെക്കൂടിയിരുന്ന കുട്ടികളും കൈയടിച്ചു.

അന്നത്തെ പാർട്ടിക്ലാസ് കഴിഞ്ഞ് വളരെ സന്തോഷത്തോടെയാണ് എല്ലാവരും മടങ്ങിയത്. കൂടുതൽ മനസ്സിലായവർ സഖാവിന്റെ സംസാരത്തെക്കുറിച്ച് മനസ്സിലായിട്ടില്ലാത്തവർക്ക് പറ

ഞ്ഞുകൊടുത്തു. കൊച്ചു കൊച്ചു സംഘങ്ങളായി കത്തിച്ചുപിടിച്ച ചൂട്ടിന്റെ മിന്നൽവെളിച്ചത്തിൽ അവർ താന്താങ്ങളുടെ ചാള ലക്ഷ്യമാക്കി നടക്കുകയാണ്.

നിലാവിന് നിറം കുറവായിരുന്നു.

ദൂരെ കാടുകളിൽനിന്ന് കുറുക്കന്മാരുടെ ഓരിയിടൽ കേട്ടു. പെട്ടെന്നാണ് ആരൊക്കെയോ ഇരുട്ടിൽ ഓടിയടുക്കുന്ന പാദപതനം അവർ കേട്ടത്.

ദൂരെനിന്ന് അവ്യക്തമായി അടുത്തേക്ക് വരുന്ന ഏതോ അജ്ഞാത സംഘം.

എന്താണ് കാര്യമെന്ന് ചിന്തിക്കുന്നതിനുമുമ്പേ ആഗതർ അവർക്കു ചുറ്റും വന്നുനിന്നു.

അവരുടെ കൈയിൽ സൈക്കിൾ ചെയിനോ ചങ്ങലകളോ അതുപോലുള്ള അപകടകാരിയായ ആയുധങ്ങൾ ഉണ്ടായിരുന്നു.

“എവിടെടാ നിങ്ങടെ സഖാവ്?” പരിഹാസത്തോടെയുള്ള ചോദ്യം. ആരും മറുപടി പറഞ്ഞില്ല.

പെട്ടെന്നാണ് അടി വീണത്.

തുരുതുരാ അടി.

ആരുടെയൊക്കെയോ തല പൊട്ടി ചോരയൊലിച്ചു. കൂട്ടം വിട്ട് പലരും ചിതറിയോടി. അക്രമികൾ അവരെ പിന്തുടർന്ന് മർദ്ദിച്ചു. അതിഭീകരമായ മർദ്ദനം.

പുല്ലിൽ, നിരപരാധികളുടെ ചോര വീണു. രാത്രിയുടെ ഇരുട്ട് അവർക്ക് നല്ല മറയായി. ആളെ തിരിച്ചറിഞ്ഞില്ലല്ലോ. ഹൃദയഭേദകമായ കൂട്ടനിലവിളി ഉയർന്നു.

8

നാട്ടുവഴികൾ

പാതിവഴിയിൽ കഥ ഉപേക്ഷിക്കേണ്ടിവന്നുവെങ്കിലും നന്ദുവിന്റെ ചിന്തകൾ ആ കഥയുടെ ബാക്കിഭാഗത്തെ പൂരിപ്പിക്കാൻ ശ്രമിച്ചു.

ആരായിരിക്കും ഇരുളിന്റെ മറവുപറ്റി ആ പാവങ്ങളെ ആക്രമിച്ചത്? ജന്മിയുടെ ആൾക്കാരായിരിക്കില്ലേ....

ഇതിനുമാത്രം എന്ത് തെറ്റാണ് അവർ ചെയ്തത്?

ചിന്തകൾ കടന്നലുകളെപ്പോലെ അവനെ പൊതിഞ്ഞു. കണ്ടന്റെ കഥ അവന്റെ മനസ്സിൽ ചൂഷകരോടുള്ള ഒടുങ്ങാത്ത അമർഷം വളർത്തി.

പിറ്റേന്നും അതിന്റെ പിറ്റേന്നും സ്കൂളിന് അവധിയാണ്. രണ്ടാം ശനിയും ഞായറും. അമ്മയെ ഒന്നുകാണാൻ അവനു പൂതി തോന്നി. ഗിരീഷങ്കിളിനു തിരക്കോടു തിരക്കാണ്. എങ്ങനെയാണ് ഇക്കാര്യം അവതരിപ്പിക്കുക എന്ന ഒരു അങ്കലാപ്പുണ്ടായി അവന്.

അവൻ കിച്ചണിലേക്കു ചെന്നു.

ആന്റി ദോശയ്ക്കുള്ള മാവ് ഗ്രൈന്ററിൽനിന്നും വടിച്ചെടുത്ത് ഒരു പാത്രത്തിലേക്ക് മാറ്റുകയാണ്.

"ആന്റീ...."

"ങ്ഉം... എന്താ.... ഒരു പരുങ്ങൽ....."

"അല്ലെങ്കിൽ വേണ്ട....."

"പറയെടോ.... നിന്റെ മനസ്സിലുള്ള കാര്യം പറയാതെ ഞാനെങ്ങനെ അറിയും...."

"അമ്മയെയും.... മുത്തശ്ശിയെയും ഒന്നും കാണണംന്നുണ്ട്...." അവൻ മടിയോടെ പറഞ്ഞൊപ്പിച്ചു.

"ശരിയാണല്ലോ.... പത്തുപന്ത്രണ്ട് ദിവസായില്ലേ പോന്നിട്ട്. ഞാൻ ഗിരീഷേട്ടനോടു പറയാം."

"ഗിരീഷങ്കിളിന് ബുദ്ധിമുട്ടാവില്ലേ ആന്റീ...."

ആന്റി അവനെ നോക്കി ചിരിച്ചു. "അതൊന്നും സാരമില്ലെടാ.... നിനക്ക് നിന്റെ വീട്ടിൽ പോകേണ്ടേ....."

വൈകുന്നേരം ഗിരീഷങ്കിൾ അല്പം നേരത്തെ വന്നു. വന്നപാടെ നന്ദുവിനെ വിളിച്ചു.

"നന്ദൂ.... ഗെറ്റ് റെഡി.... ദാം ഇപ്പം നിന്നെ വീട്ടിൽ കൊണ്ടുപോവ്വാണ്....."

അവൻ അമ്പരന്നു നിന്നു.

"വേഗം.... ഒരുകൂട്ടം ഡ്രസ്സ് മാത്രം എടുത്തോ... ഞാൻ നിന്നെ വീട്ടിൽ ഡ്രോപ്പ് ചെയ്യാം."

അവൻ സന്തോഷത്തോടെ പുതിയ ഉടുപ്പണിഞ്ഞു. കൈയിൽ ഒരു ചെറിയ പൊതിയിൽ പിറ്റേന്നത്തേക്കുള്ള ഡ്രസെടുത്തു.

ഗിരീഷങ്കിൾ കാർ സ്റ്റാർട്ടു ചെയ്തു.

"ആന്റീ... ഞാൻ പോയ്വരട്ടെ...." അവൻ പുഞ്ചിരിയോടെ യാത്ര ചോദിച്ചു.

"ദേ.... നാളെ വൈകുന്നേരംതന്നെ തിരിച്ചുവരണം.... കേട്ടല്ലോ.... മററന്നാൾ സ്കൂളുള്ളതല്ലേ."

അവൻ സന്തോഷത്തോടെ തലകുലുക്കി.

ടൗണിലെത്തിയതും ഗിരീഷങ്കിൾ ഒരു ടെക്സ്റ്റയിൽസിൽ കയറി. മുത്തശ്ശിക്ക് ഒരു വേഷ്ടിയും അമ്മയ്ക്കായി നല്ല ഒരു മാക്സിയും വാങ്ങി. അല്പം ബേക്കറി പലഹാരങ്ങളും....

ഒതുക്കുകൾ ചവിട്ടിക്കയറി വർദ്ധിച്ച ഉത്സാഹത്തോടെ അവൻ മുറ്റത്തേക്കു കയറി.

സന്ധ്യാവിളക്കിനുമുമ്പിൽ ചമ്രം പടിഞ്ഞിരുന്ന് മുത്തശ്ശി

ഭാഗവതം പാരായണം ചെയ്യുകയാണ്.

"മുത്തശ്ശീ...." അവന്റെ വിളി കേട്ടതും ആ വീട് ഒന്നാകെ ഉണർന്നതുപോലെ തോന്നി.

മുത്തശ്ശി പുഞ്ചിരിയോടെ ഭാഗവതം മടക്കിവെച്ച് തൊട്ട് നെറുകെയിൽ വെച്ചു.

"നന്ദൂട്ടാ..." സ്നേഹത്തോടെയുള്ള ആ വിളികേട്ടപ്പോൾ നന്ദു സർവ്വം മറന്ന് ഓടിച്ചെന്നു.

അമ്മയും അപ്പോഴേക്ക് പുറത്തെത്തിയിരിക്കുന്നു. "ഗിരീഷേ.... ഇരിക്ക് മോനേ...."

"നല്ല തെരക്കാ.... മുത്തശ്ശീ.... പിന്നീടൊരിക്കലാകാം. ഇപ്പം ഞാൻ പൊയ്ക്കോട്ടെ...."

ഗിരീഷങ്കിൾ അകത്തേക്ക് കയറിയില്ല.

"ഒരു ഗ്ലാസ് പായസം കുടിച്ചിട്ട് പോയാൽ പോരേ...." മുത്തശ്ശിയുടെ ആ ആവശ്യത്തിനു സമ്മതിച്ചിട്ടെന്നപോലെ ഗിരീഷങ്കിൾ മുറ്റത്തുനിന്ന് കയറി സ്റ്റൂളിലിരുന്നു.

"ഇവൻ വല്ല കുരുത്തക്കേടും ഒപ്പിക്കാറുണ്ടോ മോനേ...."

"ഏയ്.... മിടുക്കനാ നന്ദു. അവനില്ലാതെ ഞങ്ങൾ ഇന്നെങ്ങനെ കഴിച്ചുകൂട്ടുംന്ന് അറീല്ല." പുഞ്ചിരിയോടെ ഗിരീഷങ്കിൾ അത്രയും പറഞ്ഞപ്പോൾ നന്ദുവിന്റെ അമ്മ വിതുമ്പി.

"എന്താ ചേച്ചീ.... നമ്മൾ സന്തോഷിക്ക്യല്ലേ വേണ്ടത്.... കരയ്യാണോ.... അല്ലേ നന്ദൂ...."

മുത്തശ്ശി പറഞ്ഞു. "സന്തോഷംകൊണ്ടുള്ള കരച്ചിലാ.... നന്ദു മിടുക്കനാണെന്നറിഞ്ഞതിലുള്ള സന്തോഷം."

അപ്പോഴേക്കും അമ്മ ഗോതമ്പു പായസവുമായി വന്നു. ഗിരീഷങ്കിളും നന്ദുവും പായസം കുടിച്ചു.

"നല്ല രുചി.... ചേച്ചിക്ക് കൈപ്പുണ്യംണ്ട് കേട്ടോ...." ഗിരീഷങ്കിൾ ഗ്ലാസ് തിരിച്ചുകൊടുത്ത് മുഖവും വായും കഴുകി.

"പൊയ്ക്കോട്ടെ..... പരിശോധനക്കുള്ളവർ അരിശംകൊള്ളുന്നുണ്ടാവും...."

"ശരി മോനേ.... ഇവൻ നാളെ വൈകുന്നേരം വന്നാൽ മതീല്ലോ...."

"ങ്ആ.... മറ്റന്നാൾ സ്കൂളുണ്ട്. തുടക്കത്തിൽത്തന്നെ ലീവെടുത്താൽ അത് ബുദ്ധിമുട്ടാകില്ലേ...."

"ശരി."

ഗിരീഷങ്കിൾ തിരിച്ചുപോയതും മുത്തശ്ശി അവന്റെ നെറുകയിൽ ചുംബിച്ചു.

"തടി കൂടിട്ടുണ്ട്. അല്ലേ അമ്മേ."

അവന്റെ അമ്മ അവനെ ഒന്നുഴിഞ്ഞു.

"ഭക്ഷണമൊക്കെ പിടിക്കുന്നുണ്ടോടാ...."

അവൻ സന്തോഷത്തോടെ തലയാട്ടി.

"സ്കൂളെങ്ങനെ?"

"നല്ല സ്കൂൾ. കൂട്ടുകാർ ഒരുപാടുണ്ട്..... പിന്നെ ഒരു വിഷമം എന്താണെന്നു ചോദിച്ചാൽ...."

"എന്താണ്?" അമ്മയുടെ ചോദ്യം.

"പുറത്തിറങ്ങി കളിക്കാൻ എപ്പോഴും പറ്റില്ല. സ്കൂളുവിട്ട് തിരിച്ചുവന്നാൽ റൂമിൽത്തന്നെ ഇരിക്കണം...."

“അതൊന്നും ഒരു ബുദ്ധിമുട്ടല്ലെടാ.... മോനേ....”

രാത്രി അത്താഴം ഗംഭീരമായിരുന്നു. മുത്തശ്ശിയും അമ്മയും അവനായി നല്ല വിഭവങ്ങൾ ഒരുക്കിയിട്ടുണ്ടായിരുന്നു. അതിൽ അവനേറ്റവും ഇഷ്ടപ്പെട്ട ഒരു വിഭവമുണ്ടായിരുന്നു. തേങ്ങാക്കൊത്തുചേർത്ത് വിശിഷ്ടമായി പാകംചെയ്ത കൂൺ കറി.

വയറു നിറയെ അവൻ ഊണു കഴിച്ചു. ആ ചെറിയ കുമ്പ നിറയുന്നതുവരെ. ഗിരീഷങ്കിളിന്റെ ഉപദേശം അവൻ മറന്നു. പിറ്റേന്നത്തെ ഒരു പകൽ എങ്ങനെയെല്ലാം ചെലവഴിക്കും എന്നതായിരുന്നു ഉറങ്ങാനായിക്കിടന്നപ്പോൾ അവന്റെ ചിന്ത.

അടുത്ത കൂട്ടുകാരൻ വിവേകിന്റെ വീട് തൊട്ടടുത്തുതന്നെയാണ്. അവനെയും കൂട്ടി നാളെ ഏച്ചിൽമല കാണാൻ പോയാലോ? തന്റെ കൈയിലുള്ള ബൈനോക്കുലർ ഉപയോഗിച്ച് എന്തെല്ലാം കാഴ്ചകൾ കാണാം....

മുമ്പൊക്കെ ഏച്ചിൽമലയുടെ ഉച്ചിയിൽ കശുമാവിന്റെ ചില്ലയിലിരുന്ന് തിക്കോടി കൊടിമരം കാണാറുള്ളത് അവനോർത്തു.

പൊട്ടുപോലെ കാണാറുള്ള തിരുത്തിക്കുന്ന്.

സോപ്പുപെട്ടിപോലെ റോഡിലൂടെ നീങ്ങിപ്പോകുന്ന കെ എസ് ആർ ടി സി ബസ്, ഇസ്തിരിപ്പെട്ടിയുടെ വലുപ്പമുള്ള ഓട്ടോറിക്ഷകൾ.... കുന്നിറങ്ങിപ്പോകുന്ന ഉറുമ്പിൻ പറ്റങ്ങളെപ്പോലുള്ള ജോലിക്കാർ....

നേരം വെളുത്തതും ചായകുടി കഴിഞ്ഞ് അമ്മയോട് സ്പെഷ്യൽ പെർമിഷനും വാങ്ങി അവൻ വിവേകിന്റെ വീട്ടിലേക്കു തിരിച്ചു. പാലം കടന്ന് ചെല്ലുന്നത് അവന്റെ വീടിന്റെ മുറ്റത്തേക്കാണ്.....

കൈതപ്പൊന്തകൾ നിറഞ്ഞ വയലോരത്തുനിന്നും പൊന്മകൾ ചിറകടിച്ചുയരുന്നു. മൂരികളെയും തെളിച്ച് പോകുന്ന പണിക്കാർ. വയലിൽ നിന്നും ഒറ്റയ്ക്ക് ഞാറ്റുപാട്ടുപാടുന്ന ഏതോ സ്ത്രീ.

പാലം കടന്ന് അവൻ വിവേകിന്റെ വീട്ടിലെത്തി. കൊച്ചു പൂച്ചെട്ടികൾ നിരനിരയായിവെച്ച ഓടിട്ട വീട്ടിന്റെ മുറ്റത്ത് ഒരു കൊച്ചുകുട്ടി ഇരിക്കുന്നുണ്ട്. അവൾ ഏതോ ചിത്രകഥാപുസ്തകം വായിച്ചിരിക്കുകയാണ്. അവൻ ഒന്നു മുരടനക്കി.

പുസ്തകം മാറ്റിവെച്ച് അവൾ എഴുന്നേറ്റു.

"ഏട്ടനില്ലേ" പുഞ്ചിരിയോടെ അവൻ തിരക്കി.

"ഏട്ടൻ പനിച്ച് കിടക്ക്വാണ്" അതും പറഞ്ഞ് അവൾ അകത്തേക്ക് കയറിപ്പോയി.

"വിവേകേ.... ഇത് നന്ദുവാണ് ഒന്ന് പുറത്ത് വര്വോ...."

അല്പസമയത്തിനകം ക്ഷീണിച്ച മുഖത്തോടെ വിവേക് പുറത്തേക്ക് വന്നു. അവൻ നന്ദുവിനോടു ചിരിച്ചു.

"നന്ദു.... എപ്പോ വന്നു....?"

"ഇന്നലെ."

"പട്ടണത്തില് നല്ല സുഖായിരിക്കും ല്ലേ...."

നന്ദു ഒന്നും മിണ്ടിയില്ല. ഒന്നു തലയാട്ടുകമാത്രം ചെയ്തു.

"ഞാൻ നിന്നെ ഒന്ന് കാണാൻ വന്നതാ.... എത്രയായി തമ്മിൽ കണ്ടിട്ട്...." നന്ദു അവന്റെ നെറ്റിയിൽ കൈവെച്ചു നോക്കി.

"നല്ല പനീണ്ടല്ലോ.... ഡോക്ടറെ കാണിച്ചില്ലേ...."

"ങ്ഉം... കുറച്ചുദിവസം വിശ്രമിക്കണമെന്ന് പറഞ്ഞു."

നന്ദുവിന്റെ കൈയിലുള്ള പൊതി ശ്രദ്ധയിൽപ്പെട്ട വിവേക് അതെന്താണെന്നറിയാനുള്ള ജിജ്ഞാസയോടെ അവനരികിലേക്ക് ചെന്നു.

"ഇത്... ഒരു ബൈനോക്കുലറാണ്. നാലു കിലോമീറ്റർ ദൂരത്തുള്ള വസ്തുക്കൾപോലും നമുക്ക് വ്യക്തമായി കാണാം...." നന്ദു പൊതിയഴിച്ച് ബൈനോക്കുലർ അവന്റെ കൈകളിൽ കൊടുത്തു.

വിവേക് ബൈനോക്കുലർ തിരിച്ചും മറിച്ചും നോക്കി. കണ്ണിനുനേരെ വെച്ചപ്പോൾ നന്ദു അതിന്റെ ലെൻസ് അഡ്ജസ്റ്റ് ചെയ്തുകൊടുത്തു.

ദൂരെ പാടത്തിനു നടുവിൽ കുത്തിനിറുത്തിയ നോക്കുകുത്തി വിവേകിന്റെ തൊട്ടുമുമ്പിലെത്തി. വിവേക് ആശ്ചര്യത്തോടെ പൊട്ടിച്ചിരിച്ചു.

"സൗമ്യേ...." അവൻ അകത്തേക്കു നോക്കി വിളിച്ചു. സൗമ്യയും കണ്ടു ദൂരെയുള്ള കാഴ്ചകൾ തൊട്ടടുത്ത്. അവളുടെ കൊച്ചു കണ്ണുകളിൽനിന്ന് ആ കാഴ്ചയുടെ അമ്പരപ്പ് വിട്ടുമാറിയില്ല.

വിവേകിന്റെ അമ്മ കൊണ്ടുവെച്ച മുറുക്കും ചായയും കഴിക്കുന്നതിനിടയിൽ നന്ദു ആ ആഗ്രഹം പറഞ്ഞു.

“ഇതുമായി ഏച്ചിൽമല കയറണമെന്ന് കരുതി വന്നതാ. രണ്ടുപേർക്കും ഒരുമിച്ചു പോകാമെന്ന് കരുതി.”

വിവേക് പൊട്ടിച്ചിരിച്ചു.

“ഏച്ചിൽ മലയിൽ കാഴ്ചകൾ കാണാൻ നമ്മൾ പോയിരുന്ന ഭാഗങ്ങളൊക്കെ ഇപ്പോ നിരോധിതമേഖലയാ....”

“എന്നുവെച്ചാൽ....”

“മൂന്നു മൊബൈൽ ടവ്വറുകളാ ഇപ്പോ ഏച്ചിൽ മലയില്. മരങ്ങളും മൈതാനവും എല്ലാം പോയി. കുറച്ച് റബ്ബറു കൂടി അവിടെയുണ്ടെന്നു മാത്രം.”

നന്ദുവിന്റെ മുഖത്ത് നിരാശ പെരുത്തു.

പിന്നെ അവനവിടെ നിന്നില്ല.

വിവേകിനോടു യാത്ര പറഞ്ഞ് വീട്ടിലേക്ക് തിരിച്ചു.

വീട്ടിലെത്തിയതും അവന്റെ മുഖത്തെ നിരാശ കണ്ട് അമ്മ ചോദിച്ചു. “എന്താടാ.... മുഖത്തൊരു കനം....”

“ഒന്നുമില്ല അമ്മേ.... നന്ദുവിന് നല്ല സുഖംല്ല.”

“പനിയല്ലേ. രണ്ടീസംകൊണ്ട് മാറില്ലേ...” അമ്മ അവന്റെ മുടിയിഴകളിൽ തലോടി.

9

അക്രമങ്ങൾ

തിരിച്ചുപോകാനായി ടൗണിലേക്കുള്ള ബസിൽ കയറിയിരിക്കുമ്പോഴും നന്ദുവിന്റെ മനസ്സ് തന്റെ നാടിനു വന്നുകൊണ്ടിരിക്കുന്ന മാറ്റത്തെക്കുറിച്ച് ചിന്തിക്കുകയായിരുന്നു.

എന്തൊരു ചന്തമുള്ള നാടായിരുന്നു തന്റെ നാട്.... കിളികളും അണ്ണാറക്കണ്ണന്മാരും നിറഞ്ഞ, മാന്തോപ്പുകളും തത്തകളും, മൈനകളും പറന്നിറങ്ങുന്ന പുഞ്ചപ്പാടങ്ങളും എപ്പോഴും നീരൊഴുക്കുള്ള തോടുകളും.... എങ്ങും പൂത്തുനില്ക്കുന്ന നാട്ടുപൂക്കളും വേലിപ്പൂക്കളും നിറഞ്ഞ നാട് എന്തു വേഗത്തിലാണ് മാറുന്നത് ദൈവമേ....

ഏച്ചിൽമലയ്ക്ക് വന്ന മാറ്റമാണ് അവന് ഏറ്റവും ദുഃഖം നല്കിയത്. പണ്ട് മുള്ളൻപന്നികളും കലമാനുകളുമൊക്കെയുണ്ടായിരുന്നുവത്രെ ഏച്ചിൽമലയിൽ. 'നരിമട' എന്ന വലിയൊരു ഗുഹകണ്ട് കുട്ടികൾ ആർത്തുവിളിക്കാറുള്ള കാര്യം ഓർമ്മ വന്നു. അതൊക്കെ ഇല്ലാതായിട്ടുണ്ടാവില്ലേ.

തന്റെ സ്വപ്നം പൂവിടാറുള്ള ഏച്ചിൽമലയിൽ ഏതോ മൊബൈൽ കമ്പനിക്കാർ ടവർ നാട്ടിയിരിക്കുന്നു. മലയിലേക്ക് അനുവാദംകൂടാതെ കയറാൻ പാടില്ലത്രെ!

കാവും കുളവുമാണ് മറ്റൊന്ന്. ഗ്രാമീണർ മുഴുവൻ ജാതിഭേദമെന്യേ നനച്ചുകുളിച്ചിരുന്ന വിശാലമായ കുളം ഇന്ന് ഒരു

കിണറോളം വലിപ്പത്തിൽ കമ്പിവേലി കെട്ടി കുടുക്കി നിർത്തിയിരിക്കുന്നു. ഇരുപത്തിയഞ്ച് ലക്ഷം മുടക്കി 'കുളം ശുചിയാക്കി' എന്ന ഒരു ഫ്ളക്സ്ബോർഡും ഉയർത്തിയിരിക്കുന്നു!

ക്ഷേത്രത്തിനു മുമ്പിലുണ്ടായിരുന്ന നൂറുകണക്കിന് വർഷം പഴക്കമുള്ള ആൽമരം വേരോടെ പിഴുതുമാറ്റിയിരിക്കുന്നു. പാമ്പ് ശല്യം എന്നാണത്രെ പറഞ്ഞ കാരണം. അവിടെയിപ്പോൾ മൂന്നുനില കെട്ടിടം ഉയരുകയാണ്.

ഗ്രാമീണരിലും പഴയ സ്നേഹം നഷ്ടമാകുന്നുണ്ടോ? ഭീതിയോടെ അവനങ്ങനെ ചിന്തിച്ചുകൊണ്ടിരുന്നു.

വലിയൊരു ബഹളത്തിനുമുമ്പിലേക്ക് കൺതുറന്നപ്പോൾ മനസ്സിലായി ബസ്സ്റ്റാന്റിലെത്തിയിരിക്കുന്നു.

"എന്താടോ ഇത്ര ചെറുപ്പത്തിലേ ബല്യ ആലോചന." ബസിലെ ചെക്കർ അവനെ പരിഹസിക്കാൻ ശ്രമിച്ചു.

അത് കേട്ടതായി ഭാവിക്കാതെ അവൻ, കെട്ടുകളുമായി നടന്നു. ആന്റിക്ക് ഏതായാലും സന്തോഷമാകും.

അമ്മ എന്തൊക്കെയോ പലഹാരങ്ങൾ തന്നുവിട്ടിട്ടുണ്ട്. ആന്റിക്ക് പുതിയ വിശേഷങ്ങൾ ഉണ്ടെന്നൊക്കെ അമ്മ പറയുന്നത് കേട്ടിട്ടുണ്ട്. പക്ഷേ, അവന് അത്ര വ്യക്തമായിട്ടില്ല.

ഫ്ളാറ്റിലെത്തി ബെല്ലടിച്ചതും, ആന്റി പുഞ്ചിരിയോടെ വാതിൽ തുറന്നു.

ഗിരീഷങ്കിളുമുണ്ട് കൂടെ.....

രണ്ടാളുംകൂടി എവിടെയോ സർക്കീട്ടു പോകാനുള്ള ഒരുക്കത്തിലാണെന്നു മനസ്സിലായി.

"ഞാൻ കരുതി വല്ല പന്യാന്നോ മറ്റോ പറഞ്ഞ് നീ ഇന്നുകൂടി നാട്ടില് നിക്കുംന്ന്.... ഏതായാലും മിടുക്കനാണ്."

ആന്റി അവന്റെ താടി പിടിച്ച് കുലുക്കി.

പൊതി കണ്ടതും ഗിരീഷേട്ടൻ അത് തട്ടിപ്പറിച്ച് കവർ അഴിച്ചു.

ചക്കവറുത്തുപ്പേരിയും, കാരോലപ്പവും അച്ചപ്പവും കൊതിതീരെ 'കറുമുറു' തിന്നു രണ്ടുപേരും.

"വിശേഷങ്ങളൊക്കെ ഞങ്ങൾ തിരിച്ചുവന്നിട്ട് എന്നാ പോയിവരട്ടെ."

അവൻ തലയാട്ടി.

പെട്ടെന്ന് അവന്റെ മനസ്സിലേക്ക് 'കണ്ടൻ ചെറുമൻ കയറി വന്നു. തലയിൽ കൂമ്പാളത്തൊപ്പിവെച്ച്.....

നാലാം ദിവസത്തെ കഥ

പാർട്ടി ക്ലാസ് കഴിഞ്ഞ് മടങ്ങിയ പാവപ്പെട്ട കർഷകതൊഴിലാളികളെ ചതിയിൽ തല്ലിച്ചതച്ചത് ജന്മികളുടെ ആളുകളായിരുന്നു. അവരുടെ പ്രധാന ലക്ഷ്യം 'സഖാവാ'യിരുന്നു. പക്ഷേ ഭാഗ്യമെന്നല്ലാതെ എന്തു പറയാൻ. അദ്ദേഹം രക്ഷപ്പെട്ടു.

പതിമൂന്നു പേർക്കാണ് പരിക്കേറ്റത്. മൂന്നു പേർക്ക് പരിക്ക് ഗുരുതരമായിരുന്നു. അവരെ ഗവൺമെന്റ് ആശുപത്രിയിലേക്ക് കൊണ്ടുപോയി.

കണ്ടന്റെ താടിയെല്ലിനായിരുന്നു പൊട്ടൽ. മൂന്ന് സ്റ്റിച്ചുകളിട്ടു. ഗവൺമെന്റ് ആശുപത്രിയിലെ വരാന്തയിൽ കണ്ടനും അമ്മ നല്ലപെണ്ണും ആറുദിവസം കഴിഞ്ഞു.

ഏഴാം നാൾ കണ്ടൻ ഡിസ്ചാർജ്ജായി. ആശുപത്രിയിൽനിന്ന് തെറുത്തുകെട്ടിയ പായയും ഏതാനും പാത്രങ്ങളുമൊക്കെയായി അവർ താമസസ്ഥലത്തേക്കു തിരിച്ചുപോകാൻ തയ്യാറെടുത്തു. നടന്നുനടന്ന് അവർ കടവെത്തി.

കടവിനപ്പുറമാണ് അവരുടെ കുടിൽ. തോണി അക്കരെക്കടവിലാണുള്ളത്. ഇക്കരെ, തോണിവരാനായി കാത്തിരുന്ന് അക്ഷമരായവർ ഉറക്കെ കൂക്കി "കൂയ്.... കൂയ്...."

കണ്ടനും നല്ലപെണ്ണും ഒരു അരികുമാറിനിന്നു. തമ്പുരാക്കന്മാർ ആരെങ്കിലും കൂടിനിൽക്കുന്നവരുടെ കൂട്ടത്തിലുണ്ടോ എന്നറിയാൻ നല്ലപെണ്ണ് ചുറ്റുംനോക്കി. ഭാഗ്യം. ആരുമില്ല.

വെറ്റിലക്കച്ചവടക്കാരനായ ഒരു മുസ്ലിം വൃദ്ധനും ചെണ്ടയുമായി പോകുന്ന ഒന്നുരണ്ട് മലയന്മാരുമുണ്ട്. പിന്നെ, അപരിചിതരായ ഏതോ വഴിപോക്കരും....

തോണി കടവിലെത്തിക്കഴിഞ്ഞു.

ആളുകൾ ശ്രദ്ധയോടെ തോണിയിൽ നിന്നിറങ്ങുന്നു. നല്ലപെണ്ണിന് അതിൽ ഒരു സ്ത്രീയെ നല്ല പരിചയം തോന്നി. പാടത്ത് പണിക്ക് പോകുമ്പോൾ കാണാറുണ്ട്.

അവർ ചിരിച്ചു.

നല്ലപെണ്ണ് ലോഹ്യം ചോദിച്ചു: "എങ്ങട്ടാണ്."

"ആശുപത്രീലേക്കാ...."

അപ്പോഴാണ് നല്ലപെണ്ണ് കണ്ടത് കൂടെയുള്ള വയറുവീർത്ത ചെറുപ്പക്കാരിയെ. "മകളാണോ."

"അതെ."

ആ ചെറുപ്പക്കാരി നല്ലപെണ്ണിനരികിലെത്തി.

"ഇന്നെ മറന്നോ ചേടത്തീ.... തേയീന്റെ കൂട്ടുകാരി തങ്കയല്ലേ...."

"ങ്ആ.... ചിണ്ടന്റെ മകള് തങ്ക....യ്ക്ക് ഓർമ്മണ്ട്...."

"കല്യാണത്തിന് ന്താ വിളിക്കാഞ്ഞേ...."

തങ്കയുടെ മുഖം വാടി.... "ഇന്റെ കല്യാണം.... കഴിഞ്ഞിട്ടില്ല." അപരാധമെന്തോ ചോദിച്ചതുപോലെ നല്ലപെണ്ണ് നടുങ്ങി.

പിന്നെ ആരും ഒന്നും പറഞ്ഞില്ല.

കണ്ടൻ അമ്മയെ വിളിച്ചു. "കേറമ്മേ... മ്മക്ക് പോണ്ടേ."

നല്ലപെണ്ണ് തോണിയിൽ കയറിയിരുന്നു. കടത്തുകാരൻ ഓരക്കാലൂന്നി പതുക്കെ പിന്നോട്ടു നടന്നു. ശാന്തമായ പുഴയിലൂടെ തോണി പതുക്കെ അക്കരക്കടവിലേക്ക് നീങ്ങി.

രാത്രി അങ്ങാടിയിലൂടെ പന്തംകൊളുത്തി പ്രകടനം നടന്നു. മർദ്ദകരും ചൂഷകരും അധികം മുന്നോട്ടുപോകില്ലെന്നും കർഷകത്തൊഴിലാളികൾ മർദ്ദനമുറകൾ കണ്ട് ഭയന്ന് പിന്മാറില്ലെന്നും സഖാവ് പ്രസംഗത്തിൽ പറഞ്ഞു. ജോലിക്ക് മതിയായ കൂലികിട്ടുന്നതുവരെ സമരം തുടരുമെന്ന് പറഞ്ഞ സഖാവ് ക്രൂരമായ മർദ്ദനമേറ്റ തൊഴിലാളികളുടെ കുടുംബത്തെ ആശ്വസിപ്പിച്ചു.

നല്ലപെണ്ണിന് കഞ്ഞിവെക്കാൻ അഞ്ച് കിലോ അരിയും കിട്ടി.

കരാർപ്രകാരം കൃത്യമായി കൂലി കിട്ടിയില്ലെങ്കിലും ജനകീയ സമരത്തെ ജന്മിമാർ ഭയക്കുന്നുണ്ടെന്ന് ആ സംഭവത്തോടെ വ്യക്തമായി. തൊഴിലാളികൾക്ക് ഭക്ഷണം നല്കുന്ന കാര്യത്തിൽ കാര്യസ്ഥന്മാർ പ്രത്യേകം ശ്രദ്ധവെച്ചു. പശുവിന് കൊടുക്കുന്ന കാടിവെള്ളവും പുളിച്ച ഭക്ഷണവും നൽകിയിരുന്ന സ്ഥാനത്ത് ചോറും കറിയും നൽകാൻ തുടങ്ങി.

ആയിടയ്ക്കാണ് ജന്മിയുടെ മകളുടെ കല്യാണം നടന്നത്. അതോടനുബന്ധിച്ച് എല്ലാ പണിക്കാർക്കും ഓരോ കോടിമുണ്ട് വിതരണം ചെയ്യപ്പെട്ടു.

സദ്യയിൽ അവസാനത്തെ പന്തിയിലാണ് താഴ്ന്ന ജാതി

ക്കാർ ഇരിക്കുക. അന്തർജ്ജനങ്ങൾ തിന്ന് ബാക്കിയായ ഇലകളിൽ എച്ചിൽ ചിതറിക്കിടക്കും. അവർ കഴിച്ച പായസത്തിന്റെ നീരിൽ കുതിർന്ന ഇലയിൽത്തന്നെയാണ് അവസാനത്തെ കൂട്ടർ കഴിക്കേണ്ടത്. ചിലർ ആ ഉച്ഛിഷ്ടത്തെ ഇലയുടെ ഒരരികിലേക്ക് മാറ്റിവെയ്ക്കും. എന്നിട്ട് ബാക്കിയുള്ള ഭാഗത്ത് വിളമ്പിയ ചോറ് കഴിക്കും. മറ്റുചിലർ ഇല മറിച്ചിടും. അതായത് ചാണകം തേച്ച തറയിൽ അമർന്നുകിടക്കുകയായിരുന്ന ഇലയുടെ മറുഭാഗം. ഒരിക്കലും ആ ഇല മാറ്റാനോ പുതിയത് എടുക്കാനോ പാടില്ല. അങ്ങനെ ചെയ്താൽ ചോറ് കിട്ടില്ല എന്നു മാത്രമല്ല മർദ്ദനം സഹിക്കേണ്ടതായും വരും.

ഇക്കുറി കണ്ടനും കുറച്ചു സുഹൃത്തുക്കളും ചിലതെല്ലാം തീരുമാനിച്ചുറപ്പിച്ചിരുന്നു.

ജന്മിയുടെ മകളുടെ കല്യാണദിവസം വന്നു. മറക്കുട ചൂടിയ അന്തർജ്ജനങ്ങൾ പാടവരമ്പിലൂടെ വരിവരിയായി വന്നുചേർന്നു.

പല്ലക്കുകളുടെ നീണ്ടനിര. അമാലന്മാരുടെ ഇടവിട്ടുള്ള 'ഹോയ്' വിളികളാൽ പാടം മുഖരിതമായി.

കെങ്കേമൻ സദ്യയുണ്ടായിരുന്നു.

മൂന്നുകൂട്ടം പായസം.

അതിഥികൾ മൃഷ്ടാന്നമുണ്ടു.

എല്ലാവരും കഴിച്ചു കഴിഞ്ഞപ്പോൾ, ഇല്ലത്തുള്ള അന്തർജ്ജനങ്ങളുടെ ഊഴമായി. അവരുടെ വിസ്തരിച്ചുള്ള ഊണ് കഴിയുമ്പോഴേക്കും നേരം ഉച്ചകഴിഞ്ഞിരുന്നു. തേയിയും തങ്കയും നല്ലപെണ്ണും കാളുന്ന വിശപ്പോടെ കാത്തിരിക്കുകയാണ്.

അവസാനം കാര്യസ്ഥൻ വന്ന് അവരെ വിളിച്ചു. "ചെല്ല്. ചെന്ന് തിന്ന്." അരിശത്തോടെ അയാൾ അത്രയും പറഞ്ഞ് പിന്തിരിഞ്ഞു.

ഊട്ടുപുരയുടെ അകം ഒരു യുദ്ധക്കളംപോലെ തോന്നിപ്പിച്ചു. തലങ്ങും വിലങ്ങുമിട്ട ഉച്ഛിഷ്ടങ്ങളും പായസനീരുമൊലിക്കുന്ന ഇലകൾ. അതിൽ മണിയനീച്ചകൾ ആർക്കുന്നു.

ഓക്കാനം വന്നുപോകും കണ്ടാൽ. ഈ ഇലയിലാണ് ചെറുമർ ഭക്ഷണം കഴിക്കേണ്ടത്. അത് മാറ്റാൻ പാടില്ലെന്നാണ് നിയമം.

പെട്ടെന്നാണ് ആ ഊട്ടുപുരയിലേക്ക് കണ്ടനും സുഹൃത്തുക്കളും വന്നത്. അവർ ആ എച്ചിലിലകൾ മുഴുവനുമെടുത്ത് പുറത്തേക്കിട്ടു. കൈയിൽ കരുതിയിരുന്ന നല്ല വാഴയിലകൾ വിളമ്പുകാർക്കു മുമ്പിൽ വിരിച്ചു.

കാര്യസ്ഥന്മാർ വന്നപ്പോൾ കണ്ടൻ പ്രത്യേകം പറഞ്ഞു. "ഈ ഇലയിൽ ചോറു വിളമ്പാൻ തയ്യാറല്ലെങ്കിൽ ഞങ്ങൾക്ക് ഒരു മണിവറ്റും മാണ്ട. തമ്പുരാന്മാർ തുപ്പിയിട്ട അവശിഷ്ടത്തോടൊപ്പം ഇനി ഞങ്ങൾ ഉണ്ണില്ല. സത്യം...."

അവിടെകൂടിയിരുന്നവരെല്ലാം ആ സത്യം ഏറ്റുചൊല്ലി.

ഭക്ഷണം വിളമ്പാൻ വന്നവർ തമ്മിൽത്തമ്മിൽ കുശുകുശുത്തു. പക്ഷേ, ഒന്നും മിണ്ടാതെ അവർ ഭക്ഷണം വിളമ്പി.

കണ്ടനും സുഹൃത്തുക്കളും അത് കഴിക്കാൻ നില്ക്കാതെ തിരിച്ചു പോയി.

II

രാത്രി,

സഖാവിന്റെ ക്ലാസ് നടക്കുന്നു.

അക്ഷരം പഠിപ്പിക്കുകയാണ് സഖാവ്.

'അരിയെറിഞ്ഞാൽ ആയിരം കാക്ക' എന്ന് കറുത്ത ബോർഡി ലെഴുതിയിരിക്കുന്നു.

ചിരുതയും തേയിയും കണ്ടനും വേലനുമെല്ലാം പഠിതാക്ക ളായിട്ടുണ്ട്. കണ്ടൻ കൂട്ടത്തിലിരിക്കുന്നെന്നേയുള്ളൂ. അയാൾ എഴുത്തും വായനയുമൊക്കെ പഠിച്ചുകഴിഞ്ഞു.

സഖാവ് പറഞ്ഞു: "അക്ഷരങ്ങൾ നമുക്ക് അറിവിന്റെ ലോക ത്തേക്കുള്ള വാതിൽ തുറന്നുതരും. അറിവ്, ആരാണ് നമ്മളെന്ന് നമുക്ക് വെളിവാക്കിത്തരും. അങ്ങനെ ചരിത്രത്തെക്കുറിച്ചും മനു ഷ്യന്റെ പോരാട്ടങ്ങളെക്കുറിച്ചും ഒളിച്ചോടിയ രാജാക്കന്മാരെക്കു റിച്ചും നമ്മൾ പഠിക്കും. ഏറ്റവും വലിയ ആയുധം കൊടുവാളോ മഴുവോ അല്ല. അറിവാണ്. അറിവുള്ളവനെ ജയിക്കാൻ ഒരു മർദ്ദ കനുമാകില്ല.

മനസ്സിലാകുന്നുണ്ടോ?

അവരെല്ലാം തലകുലുക്കി. മുഴുവനും മനസ്സിലായിട്ടല്ല. ഇതൊക്കെ തങ്ങൾക്ക് ഗുണത്തിനായിട്ടാണെന്ന് അവർക്കറിയാ മായിരുന്നു.

പതിവിനു വിപരീതമായി ക്ലാസുകഴിഞ്ഞ് വീട്ടിലേക്ക് തിരിച്ചു പോകുന്നവരെ കുറേ ചെറുപ്പക്കാർ പിന്തുടർന്നു. അവർ ആക്രമിക്കപ്പെട്ടാൽ സംരക്ഷണം നല്കാൻവേണ്ടിയായിരുന്നു അത്.

ഒന്നുമുണ്ടായില്ല.

എല്ലാവരും പോയപ്പോൾ, സഖാവും ഏതാനും സുഹൃത്തു ക്കളും മാത്രം അവിടെ അവശേഷിച്ചു. അടുത്ത പ്രക്ഷോഭത്തിന് തയ്യാറെടുക്കേണ്ടതുണ്ടെന്ന് സഖാവ് പറഞ്ഞു.

സ്കൂളുകളിൽ ഉയർന്ന ജാതിക്കാരോടൊപ്പം നമുക്കും അഡ്മിഷൻ കിട്ടണം. നമ്മുടെ കുട്ടികൾക്കും വിദ്യാഭ്യാസം നേടാൻ അവകാശമുണ്ട്."

അതിനായിട്ടായിരിക്കണം അടുത്ത സമരം. അവർ പദ്ധതി കൾ തയ്യാറാക്കാൻ തുടങ്ങി.

10

മാറ്റത്തിന്റെ തീക്കാറ്റ്

പത്താം ക്ലാസുവരെ വിദ്യാഭ്യാസം സൗജന്യമായി കിട്ടുക ഓരോ പൗരന്റെയും അവകാശമാണ് എന്നും അതുകൊണ്ടാണ് സർക്കാരുകൾ ആകർഷകമായ പല സൗജന്യങ്ങളും കുട്ടികൾക്ക് അനുവദിക്കുന്നതെന്നും പറഞ്ഞ് സാർ നിറുത്തുകയായിരുന്നു.

അപ്പോഴാണ് നന്ദു എഴുന്നേറ്റുനിന്നത്.

"നന്ദൂ എന്താണ് സംശയം?"

"പഴയ കാലത്തെ വിദ്യാഭ്യാസം.... അതിനെക്കുറിച്ച് സാർ ഒരു ചെറിയ വിവരണം തരുമോ?"

"പഴയകാലം എന്നാൽ നന്ദു ഉദ്ദേശിച്ചത് ഏത് കാലത്തെയാണ്. വളരെ പഴയ കാലമാണോ?"

"ജന്മിമാരുടെയും മറ്റും കാലം."

"ഓ.... ശരി.... അക്കാലം തൊട്ടുകൂടായ്മയും തീണ്ടലും നിലനിന്നിരുന്ന കാലമായിരുന്നു. താഴ്ന്ന ജാതിക്കാരന് പൊതുവഴിയിലൂടെ നടക്കാൻ പാടില്ല. മാന്യമായി വസ്ത്രം ധരിക്കാൻ പാടില്ല, ഉയർന്ന ജാതിക്കാരെ നേരിട്ട് കാണാൻപോലും പാടില്ലാത്ത കാലം. കണ്ടാൽ പിന്നെ തീണ്ടലായി. കുളിച്ചിട്ടേ ഇല്ലത്തേക്ക് കയറാവൂ. തൊട്ടാൽ അശുദ്ധമായി. അന്നൊക്കെ ഉയർന്ന ജാതിക്കാർക്കു മാത്രമേ വിദ്യാഭ്യാസം ലഭിച്ചിരുന്നുള്ളൂ. അയ്യങ്കാളിയെപ്പോലുള്ള നേതാക്കളുടെ ശ്രമഫലമായി പിന്നെയും

കുറേക്കാലം കഴിഞ്ഞാണ് അവർണ്ണന്– അഥവാ താഴ്ന്ന ജാതിക്കാരന് സ്കൂളിൽ കയറാൻ അനുവാദം കിട്ടിയത്. അതും നിലത്ത് ഉയർന്ന ജാതിക്കാരിൽനിന്നും അകലെ ഇരിക്കണം. സംസാരിക്കാൻ പാടില്ല. ഉയർന്ന ജാതിക്കാരായ അദ്ധ്യാപകരുടെ പരിഹാസം വേറെയും.... എന്നിട്ടും ചില കുട്ടികൾ പഠിക്കാൻ ധൈര്യം കാണിച്ചു. അക്കൂട്ടത്തിൽപ്പെട്ടവർ വളരെ ഉയർന്ന നിലകളിൽ എത്തി. പിന്നീട് നമ്മുടെ മുൻ രാഷ്ട്രപതി കെ ആർ നാരായണനും മറ്റും ഇതുപോലുള്ള സന്ദർഭങ്ങളെ പലപ്പോഴും അഭിമുഖീകരിച്ചിരുന്നു...."

നന്ദുവിന്റെ മനസ്സിൽ കണ്ടൻ പറഞ്ഞ കഥകൂടിയുണ്ടായിരുന്നതിനാൽ മറ്റുള്ളവരേക്കാൾ കൂടുതൽ ആ കാലഘട്ടത്തെക്കുറിച്ച് ഒരു ധാരണ രൂപീകരിക്കാൻ എളുപ്പം സാധിച്ചു.

ഫ്ളാറ്റിലെത്തിയതും ആന്റി വാതിൽ തുറന്നു. ആന്റിയുടെ വീർത്ത വയറ് കണ്ട് അവന് സഹതാപം തോന്നി.

അതിനുള്ളിൽ ഒരു കൊച്ചുകുട്ടിയുണ്ട്. ആന്റി മുമ്പൊരിക്കൽ അവനോടു പറഞ്ഞതാണ്. ആ കുട്ടി കുറേ മാസങ്ങൾകൂടി കഴിഞ്ഞാൽ പുറത്തുവരും. അപ്പോൾ അവന് കൂട്ട് നന്ദുവായിരിക്കും.

അവനെന്തു പേരിടും.... നന്ദു ആലോചിച്ചു.

പേര് കണ്ടുപിടിക്കാൻ ആന്റി തന്നെ ഏല്പിച്ചിരിക്കുകയാണ്. ഇനി മോളാണെങ്കിലോ എങ്കിൽ അവൾക്ക് താനൊരു പേര് കണ്ടുവെച്ചിട്ടുണ്ട്. 'അവന്തിക.' വകയിലുള്ള ഒരു ബന്ധുറിന്റെ കുട്ടിക്ക് ആ പേരാണ് ഇട്ടിരിക്കുന്നത്.

"എന്താ ഒരു സ്വപ്നം കാണല്.... പഠിക്കുന്നില്ലേ...." ആന്റി പാൽച്ചായയും സമൂസയും കൊണ്ടുവെക്കുന്നതിനിടയിൽ ചോദിച്ചു.

"ങ്ഉം...." അവൻ സമൂസ കടിച്ചു. നല്ല എരി. മുളകിന്റെ മുകളിലാണ് കടി വീണത്.

ചായ വലിച്ചു കുടിച്ച് അവൻ എരിവ് തീർത്തു. രാത്രി ഏഴു മണിയായപ്പോഴേക്കും ഗിരീഷങ്കിൾ വന്നു.

"എന്താടോ.... സ്കൂളിലെ വിശേഷങ്ങൾ...."

"ഒന്നൂല്ല."

"പാഠം തുടങ്ങിയോ."

"ങ്ഉം.... ജന്മി-കുടിയാൻ കാലത്തെക്കുറിച്ച്."

മനസ്സിലാവ്ണില്ലേ.... മാഷമ്മാര് എടുക്ക്ണതൊക്കെ....

അവൻ തലയാട്ടി.

“ആന്റിയെ ചെക്കപ്പ് ചെയ്യിക്കാൻ ഞങ്ങളൊന്ന് ആശുപത്രി വരെ പോവ്വാ.... ഒറ്റയ്ക്കിരിക്കാൻ പേടിണ്ടോ?”

അവൻ അമ്പരപ്പോടെ ഗിരീഷങ്കിളിനെ നോക്കി. “എന്ത് പേടി. എത്രയോ ദിവസം ഒറ്റയ്ക്ക് രാത്രി പന്ത്രണ്ട് മണിവരെ കഴിച്ചുകൂട്ടിയിട്ടുണ്ടല്ലോ. പിന്നെന്താ ഇങ്ങനെയൊരു ചോദ്യം.”

അവർ രണ്ടുപേരും പോയപ്പോൾ അവൻ പിന്നെ അമാന്തിച്ചു നിന്നില്ല. കണ്ടന്റെ കഥയുടെ ലോകത്തേക്ക് അവൻ കയറിപ്പോയി.

അഞ്ചാം ദിവസത്തെ കഥ

അക്ഷരപഠനവും പുസ്തകവായനയും മുറയ്ക്കു നടക്കുന്നുണ്ടായിരുന്നു. പഠിതാക്കളിൽ കുറച്ചുപേർമാത്രമേ ഇപ്പോൾ അവശേഷിക്കുന്നുള്ളൂ. കണ്ടനടക്കം പതിനാലു പേർ. സഖാവിന്റെ ക്ലാസുകൾ എല്ലാവരെയും ആകർഷിക്കത്തക്കതായിരുന്നു. ഇടയ്ക്ക് തമാശകൾ പറയും. ചരിത്രത്തെക്കുറിച്ച് പറയും. ഭൂമി ഉണ്ടായതിനെക്കുറിച്ച് ചോദ്യങ്ങൾ ചോദിക്കാൻ പറഞ്ഞ സോക്രട്ടീസിനെക്കുറിച്ചും ഗാന്ധിജിയെക്കുറിച്ചും സ്വാതന്ത്ര്യം നേടാൻവേണ്ടി അദ്ദേഹം നയിക്കുന്ന സമരത്തെക്കുറിച്ചും പറയും. എല്ലാവർക്കും പറയുന്നതുമുഴുവൻ ഉൾക്കൊള്ളാൻ കഴിയില്ലെന്ന് സഖാവിനറിയാം. അപ്പോഴാണ് പഴങ്കഥകൾ പറയുക. ജാതക കഥകൾ, പഞ്ചതന്ത്രം കഥകൾ തുടങ്ങിയവ. അതിലൊക്കെ ജീവിതത്തിന് ആവശ്യമായ ചില തത്ത്വങ്ങൾകൂടി അടങ്ങിയിട്ടുണ്ടാകും.

കണ്ടൻ എഴുത്തും വായനയും പഠിച്ചുകഴിഞ്ഞു. സഖാവിന്റെ പുസ്തകങ്ങൾ ഒന്നൊഴിയാതെ വായിച്ചു തീർക്കലാണ് കണ്ടന്റെ ഒഴിവുസമയത്തെ പ്രധാന ഹോബി.

ലോകത്തുനടന്ന വിപ്ലവത്തെക്കുറിച്ചും രാജാക്കന്മാരുടെയും മറ്റും ക്രൂരഭരണത്തെക്കുറിച്ചുമുള്ള പുസ്തകങ്ങൾ. ധീരരായ പോരാളികൾ നിരന്തരം സമരം ചെയ്ത് നേടിയെടുത്ത ഭരണമാറ്റങ്ങൾ. ഫ്രഞ്ച് വിപ്ലവം, റഷ്യൻ വിപ്ലവം, സാർചക്രവർത്തിമാരുടെ ക്രൂരഭരണത്തിനെതിരെയുള്ള ധീരസമരങ്ങൾ....

ഈ പുസ്തകങ്ങളെല്ലാം കണ്ടന്റെ മനസ്സിൽ സാമൂഹികമാ

റ്റത്തെക്കുറിച്ചും തന്റെ നാട്ടിൽ നടന്നുകൊണ്ടിരിക്കുന്ന അനീതിയെക്കുറിച്ചും നിരന്തരമായി ചിന്തിക്കാൻ പ്രേരിപ്പിക്കുന്നവയായിരുന്നു.

ജന്മിമാരുടെ ക്രൂരമായ പീഡനങ്ങൾ. ജീവനോടെ ചുട്ടെരിക്കപ്പെടുന്ന തൊഴിലാളികൾ. പരിഹാസങ്ങൾ, അറിവുനേടാനുള്ള അവകാശത്തെ വകവെക്കാത്ത തരത്തിൽ സ്കൂളിൽനിന്നും നേരിടേണ്ടിവരുന്ന അവഗണനകൾ, ഇതെല്ലാം ഉന്നതമായ മാനുഷികമൂല്യങ്ങൾക്ക് നിരക്കുന്നതല്ല എന്ന് അയാൾക്ക് ബോധ്യപ്പെട്ടു.

ജോലി ചെയ്യുന്നതിനോടൊപ്പംതന്നെ തന്റെ സമൂഹത്തിന്റെ ഉന്നതിക്കായി പോരാടുകതന്നെ വേണമെന്ന് കണ്ടൻ തീർച്ചയാക്കി.

ദേശത്തെ ഒരേയൊരു സ്കൂൾ ഇല്ലത്തിന് വളരെയടുത്തുതന്നെയായിരുന്നു സ്ഥിതിചെയ്തിരുന്നത്. മൂന്ന് അദ്ധ്യാപികമാരും രണ്ട് അദ്ധ്യാപകരുമടക്കം അഞ്ച് അദ്ധ്യാപകരും ഒരു പ്യൂണുമാണവിടെയുണ്ടായിരുന്നത്.

താഴ്ന്ന ജാതിക്കാരുടെ മക്കൾ അവിടെ പഠിക്കുന്നുണ്ടായിരുന്നു. പേരിന് മാത്രം. രജിസ്റ്ററിൽ അവരുടെ പേരുണ്ടായിരുന്നെങ്കിലും അവരാരും സ്ഥിരമായി സ്കൂളിൽ പോകാൻ താല്പര്യം കാണിച്ചില്ല. അതിന് പ്രധാന കാരണം ജന്മിമാരുടെയും ശിങ്കിടികളുടെയും ഉപദ്രവങ്ങൾ തന്നെ. ജന്മിമാരായ കുട്ടികളെ തൊടാനോ അവരെ നേരെ നോക്കാനോ പാടില്ല. സംസാരിക്കുമ്പോൾ വലതുകൈകൊണ്ട് വാപൊത്തിപ്പിടിക്കണം. സ്വന്തം പേരു പറയാൻ പാടില്ല. എന്തെങ്കിലും ചോദിച്ചാൽ 'അടിയൻ' എന്ന് കൂട്ടിമാത്രമേ പറയാൻ പാടുള്ളൂ.

കുട്ടികൾക്ക് എപ്പോഴും ഈ ചിട്ടവട്ടങ്ങൾ ഓർമ്മയുണ്ടായെന്നു വരില്ലല്ലോ. അപ്പോഴൊക്കെ അവരെ ക്രൂരമായി പ്രഹരിക്കാൻ അദ്ധ്യാപകർ തന്നെയായിരിക്കും മുമ്പിലുണ്ടാകുക.

ഇക്കാരണങ്ങളാൽ, പഠിക്കാൻ ഇഷ്ടമുണ്ടായിരുന്ന ബുദ്ധിമാന്മാരും ബുദ്ധിമതികളുമായ കീഴ്ജാതിക്കാർ സ്കൂളിൽ പോകാൻ താല്പര്യം കാണിച്ചില്ല.

ഈ പ്രശ്നത്തിന് ശാശ്വതമായ ഒരു പരിഹാരം കാണണമെന്ന് കണ്ടനും കൂട്ടുകാരും ഉറച്ചു.

സഖാവുമായി അവർ കൂടിയാലോചന നടത്തി. എടുത്തുചാടി ഒരു തീരുമാനമെടുക്കരുത് എന്ന് സഖാവ് ആദ്യമേ അവരെ ഉപദേശിച്ചു. വികാരത്തിന്റെ പുറത്ത് എടുത്തുചാടിയാൽ അത് അവസാനം വിനയായിത്തീരും. മാത്രമല്ല, പേരിനെങ്കിലും പഠിക്കാനെത്തുന്ന കീഴാളരായ വിദ്യാർത്ഥികളോട് കൂടുതൽ മോശമായി പെരുമാറിയെന്നും വരാം.

ബുദ്ധിപരമായി നീങ്ങുകതന്നെയാണ് വേണ്ടത്. ഒരുദിവസം സഖാവിന്റെ നേതൃത്വത്തിൽ നാല്പതോളം ചെറുപ്പക്കാർ സ്കൂളിലെത്തി.

സഖാവും കണ്ടനും ഓഫീസിനകത്തേക്ക് കടന്നു. ആൾക്കൂട്ടത്തെക്കണ്ട് പരിഭ്രാന്തനായ ഹെഡ്മാസ്റ്റർ അവരെ സ്വീകരിച്ചു.

“ഇരിക്കൂ....” കസേര ചൂണ്ടിക്കാണിച്ചുകൊണ്ട് ഹെഡ്മാസ്റ്റർ പറഞ്ഞു.

സഖാവ് ഇരുന്നു. കണ്ടൻ കൈകെട്ടി സമീപത്തു നിന്നു. മറ്റുള്ളവർ പുറത്തും.

സഖാവ് താടിയുഴിഞ്ഞുകൊണ്ട് ആഗമനോദ്ദേശ്യം വ്യക്തമാക്കി. “കുട്ടികൾ ഏറിയവരും വളരെ ഭയപ്പെട്ടുകൊണ്ടാണ് സ്കൂളിലേക്ക് വരുന്നത്. ഉയർന്ന ജാതിക്കാരുടെ പരിഹാസം അവർക്ക് പുത്തരിയല്ല. അത് നിർത്തലാക്കുന്നതിനുവേണ്ടിയും അദ്ധ്യാപകരുടെ സമീപനത്തിൽ മാറ്റം വരുത്തണമെന്നും പറയാൻ വേണ്ടിയാണ് ഞങ്ങൾ വന്നത്.”

ഹെഡ്മാസ്റ്റർ ശേഷാദ്രി അയ്യർ തന്റെ കുടുമയിൽ തൊട്ടു. പിന്നെ മനസ്സിലാകാത്തവണ്ണം സഖാവിനെ നോക്കി. സഖാവ് വിശദമാക്കി. “അയ്യർക്ക് കാര്യങ്ങൾ വ്യക്തമായി മനസ്സിലായിട്ടുണ്ട്. ഉറക്കം നടിക്കുന്നവരെ ഉണർത്താൻ ബുദ്ധിമുട്ടാണെന്ന് കേട്ടിട്ടില്ലേ. അതുപോലെ എല്ലാമറിഞ്ഞിട്ടും മാറാൻ തയ്യാറാകാഞ്ഞാൽ അറ്റകൈക്ക് ആരെങ്കിലും മറ്റെന്തെങ്കിലും ചെയ്യും. അത് ഞങ്ങളാണെന്ന് പറയരുതെന്നു മാത്രം!”

അത്രയും പറഞ്ഞ് സഖാവ് ധൃതിപിടിച്ച് ഇറങ്ങിപ്പോന്നു.

സഖാവിന്റെ വാക്കുകൾ ഏറെ ഭയത്തോടെയാണ് അയ്യർ കേട്ടത്. അവസാന വരികളിലെ ഭീഷണി അയാളെ തളർത്തിക്കളഞ്ഞു എന്നുവേണം പറയാൻ.....

അയാൾ അന്ന് സ്കൂൾ നേരത്തേ വിട്ടു. മറ്റ് അദ്ധ്യാപകരു

മായി കൂടിയാലോചിച്ചു. എന്തു ചെയ്യണം.

"അധികാരികളെ അറിയിച്ചേ തീരൂ.... ഇവറ്റകളുടെ അഹങ്കാരം വെച്ചു പൊറുപ്പിച്ചാൽ അവസാനം ആപത്താകും."

ശിവചന്ദ്രൻ മാസ്റ്റർ അഭിപ്രായപ്പെട്ടു. എല്ലാവരുടെയും അഭിപ്രായം അതുതന്നെയായിരുന്നു.

"സ്കൂൾ പ്രവർത്തനത്തെ തടസ്സപ്പെടുത്തുന്ന രീതിയിൽ സായുധരായ നാല്പതോളം പേർ ഹെഡ്മാസ്റ്ററെ ഉപരോധിച്ചു" എന്ന മട്ടിൽ റിപ്പോർട്ടെഴുതി.

സ്കൂൾ ഇൻസ്പെക്ടർ പരാതി പൊലീസിന് കൈമാറി.

പൊലീസുകാർ അന്വേഷണത്തിനായി എത്തി. നേതാക്കന്മാരായ സഖാവിനെയും കണ്ടനെയും അറസ്റ്റ് ചെയ്യാനുള്ള ഉത്തരവുമുണ്ടായിരുന്നു അവരുടെ കൈയിൽ.

സഖാവിനെ അവർക്കു കിട്ടിയില്ലെങ്കിലും, പറമ്പിൽ പണി ചെയ്യുകയായിരുന്നു കണ്ടനെ അവർ അറസ്റ്റ് ചെയ്തു.

കണ്ടന്റെ ശരീരം വിറച്ചില്ല. ചെളി പുരണ്ട കൈകളും ഉടുത്ത മുണ്ടുമായി അവനെ അറസ്റ്റ് ചെയ്ത് കൊണ്ടുപോയി.

നല്ലപെണ്ണ് കരഞ്ഞു തളർന്നു കിടന്നു. സഖാവ് വിവരമറിഞ്ഞു. അദ്ദേഹം നൂറുകണക്കിന് ചെറുപ്പക്കാരെ സംഘടിപ്പിച്ചു. കൂടെ പാർട്ടിയുടെ നിർദ്ദേശപ്രകാരം രണ്ട് വക്കീലന്മാരെയും കൂട്ടി.

പ്രകടനമായി അവർ സ്റ്റേഷൻ പടിക്കൽ ചെന്നു. സഖാവിനെ കണ്ട പൊലീസുകാരൻ അറസ്റ്റ് രേഖപ്പെടുത്തി. മുൻകൂർ ജാമ്യാപേക്ഷയുള്ളതിനാൽ പെട്ടെന്ന് വിടേണ്ടതായും വന്നു.

കണ്ടനെ മർദ്ദിച്ച് അവശനാക്കിയിരിക്കുന്നു.

സുഹൃത്തുക്കളെയും സഖാവിനെയും കണ്ടപ്പോൾ കണ്ടന്റെ മനസ്സിൽ ആഹ്ലാദവും ആവേശവുമുണർന്നു....

"ജന്മിത്വം തുലയട്ടെ.... തൊഴിലാളി ഐക്യം സിന്ദാബാദ്." സുഹൃത്തുക്കൾ കണ്ടനെ പൊതിഞ്ഞു.

അവർ വ്യക്തമായും പരിശോധിച്ചു. കണ്ടന്റെ പുറത്ത് പരിക്കുകളൊന്നുമില്ല. ചോരപ്പാടുകളുമില്ല. അതിസമർത്ഥമായി അവർ ആഘോഷിച്ചിരിക്കുന്നു, കണ്ടന്റെ ശരീരത്തിൽ....

രണ്ടുപേർ ചേർന്ന് താങ്ങിയാണ് കണ്ടനെ കുടിലിലെത്തിച്ചത്.

അവനെ കണ്ടപാടെ നല്ലപെണ്ണ് വലിയവായിൽ നിലവിളിക്കാൻ തുടങ്ങി....

"ഇന്റെ മോനെ കൊന്നേ.... തല്ലിക്കൊന്നേ...."

നല്ലപെണ്ണിന്റെ നിലവിളി അവിടെയെങ്ങും പരന്നു. ഏച്ചിൽമലയുടെ ഉച്ചിയിലോളം ആ നിലവിളിയുടെ അലകൾ ഒഴുകിച്ചെന്നു.

സഖാവിനും, കണ്ടനെ സ്നേഹിച്ച സഖാക്കൾക്കും അന്ന് ഒരു പോള കണ്ണടയ്ക്കാൻ പറ്റിയില്ല.

11

അവന്തിക

വിവരം പറയുമ്പോൾ ഗിരീഷങ്കിളിന്റെ ചുണ്ടു വിറയ്ക്കുന്നുണ്ടായിരുന്നു. അഭിമാനംകൊണ്ടും സന്തോഷംകൊണ്ടും തുടുത്തു ചുവന്നിരിക്കുന്നു മുഖം.

“ആന്റി നിന്നെ പ്രത്യേകം അന്വേഷിച്ചിരിക്കുന്നു. കൂട്ടിക്കൊണ്ടുചെല്ലാൻ പറഞ്ഞിട്ടുണ്ട്. നിനക്ക് ആന്റിയെയും കുഞ്ഞുമോളെയും കാണേണ്ടേ.....”

അവൻ വർദ്ധിച്ച സന്തോഷത്തോടെ തലയാട്ടി. ഗിരീഷങ്കിൾ കാറിൽ ആശുപത്രിയിലേക്ക് പോകുമ്പോൾ മകൾക്ക്, താൻ മുമ്പ് കണ്ടുവെച്ച പേര് അവനോർമ്മ വന്നു.

“അവന്തിക....” ഏതോ ഒരു രാജകുമാരിയുടെ പേര്.....

അവന്റെ മനസ്സ് വായിച്ചിട്ടെന്നപോലെ ഗിരീഷങ്കിൾ ചോദിച്ചു: “നീയേതോ പേര് കണ്ടുവെച്ചിട്ടുണ്ടാകുമെന്ന് പറഞ്ഞല്ലോ ആന്റി.... ഏത് പേരാണ്....” അവൻ ഒന്നു പരുങ്ങി.

ഗിരീഷങ്കിളിന് ആ പേര് ഇഷ്ടമാകുമോ?

അല്പം പഴയ പേരാണ്.

മടിച്ചുമടിച്ച് അവൻ പറഞ്ഞു.

“മുമ്പെപ്പോഴോ ഒരു കഥ വായിച്ചപ്പോൾ ഇഷ്ടപ്പെട്ട ഒരു പേരാ..... മോൾക്ക് ചേരുവോന്നറീല്ല....”

“നിന്റെ ഒരു ഫോർമാലിറ്റി. ഒന്നു പറയെടാ.....” ഗിരീഷങ്കിൾ അവന്റെ ചുമലിൽ കൈവെച്ചു.

"അവന്തിക..."

"ങ്ഹാ.... നല്ല പേരാണല്ലോ.... വ്യത്യസ്തതയുണ്ട്. പേരിൽ കവിതയുമുണ്ട്...."

അവൻ പുഞ്ചിരിച്ചു തലതാഴ്ത്തിക്കളഞ്ഞു. ഒരു നാണം. ലിഫ്റ്റിൽകയറി മൂന്നാം നിലയിലെത്തിയപ്പോൾ, അന്തംവിട്ടു. കൊട്ടാരത്തിന്റെ ഇടനാഴിപോലെ മനോഹരമായ തൂണുകളും കൊത്തുപണികളുമൊക്കെയുള്ള ഒരാശുപത്രി. ഇത് ശരിക്കും ആശുപത്രിതന്നെയാണോ?

വലിയ തിരക്കോ ബഹളമോ ഇല്ല. ഇടയ്ക്കെവിടെയോനിന്ന് ഒരു കുഞ്ഞിന്റെ അമർത്തിയ കരച്ചിൽ കേട്ടപോലെ അവന് തോന്നി.

മുന്നൂറ്റി അറുപത്തിനാലാം നമ്പർ മുറി. ഗിരീഷങ്കിൾ വാതിലിൽ ചെറുതായി മുട്ടി.

പുഞ്ചിരിയോടെ വന്ന് വാതിൽ തുറന്നത് ആന്റിയുടെ അമ്മയാണ്. വെളുത്ത് തടിച്ച ഒരു സ്ത്രീ. അവർ ഏതോ സ്കൂളിൽനിന്നും റിട്ടയർ ചെയ്ത ടീച്ചറാണെന്ന് കേട്ടിട്ടുണ്ട്.

"വാ..... വാ.... നിന്നെപ്പറ്റി പറഞ്ഞോണ്ടിരിക്കുകയായിരുന്നു ഞങ്ങൾ...."

അവൻ സങ്കോചത്തോടെ ആന്റി കിടക്കുന്ന ബെഡ്ഡിനരികിലേക്ക് ചെന്നു. പുഞ്ചിരിയോടെ കിടക്കുന്നു ആന്റി.

ആന്റി അവന്റെ നെറ്റിയിൽ തലോടി. അപ്പോഴാണ് അരികിൽ, കൊച്ചു ബെഡ്ഡിൽ കിടക്കുന്ന നവാതിഥിയെ അവൻ കണ്ടത്.

ഇറുത്തുവെച്ച ഒരു ചെമ്പരത്തിപ്പൂവിനെപ്പോലെ സുന്ദരിയായ ഒരു കുഞ്ഞ്. കണ്ണുകൾ പാതിയടച്ച് കിടക്കുന്നു.

"നീയിട്ട പേര് തന്ന്യാ ഇവൾക്ക് ചേരുന്നത്. നമുക്കിവളെ ചോറൂണിന് കൊണ്ടുപോവണം. ആ പേര് നീ തന്നെ അമ്മയ്ക്ക് പറഞ്ഞു കൊടുക്ക്."

"എന്താ ആ സ്പെഷ്യൽ പേര്?" അമ്മ ജിജ്ഞാസയോടെ ചോദിച്ചു.

അവൻ അഭിമാനത്തോടെ പറഞ്ഞു. "അവന്തിക."

"ശരിക്കും നല്ല പേര്. കേട്ടല്ലോ നന്ദൂ..... നീ ആളൊരു മിടുക്കൻ തന്നെ...."

തിരിച്ചുപോരാൻ നേരം ആന്റി അവന് കുറേ ആപ്പിൾ പൊതിഞ്ഞുകൊടുത്തു. "ജോലിക്കാർ ഉണ്ടാക്കിവെക്കുന്ന ഭക്ഷണം കഴിക്കാൻ മടികാണിക്കരുത്. പഠനത്തിൽ ഉഴപ്പരുത്.... ശർമ്മസാറിന്റെ ക്ലാസുണ്ടാകാറില്ലേ...."

"ഉണ്ട്. സാറിന്റെ റൂമിൽവെച്ചാ ക്ലാസ്."

"നന്നായി. സംശയങ്ങളൊക്കെ കൂട്ടിവെക്കരുത്. സാറിന് നിന്നെ വലിയ ഇഷ്ടമാണ്. ആന്റി കുറച്ച് ദെവസം തറവാട്ടിൽ പോയി നില്ക്കും. വൈകാതെ മടങ്ങിവരും. കേട്ടല്ലോ...."

അവൻ തലകുലുക്കി.

പോരാൻ നേരം ആന്റി കുട്ടിക്ക് ഒരുമ്മ കൊടുക്കാൻ അവനെ നിർബ്ബന്ധിച്ചു. ചുരുട്ടിവെച്ച ആ പിഞ്ചുകൈയിൽ അവൻ പതുക്കെ ഉമ്മവെച്ചു.

ആറാം ദിവസത്തെ കഥ

കണ്ടന്റെ ജീവിതത്തിലെ ഏറ്റവും സങ്കടം നിറഞ്ഞ ഒരു രാത്രിയായിരുന്നു അത്.

രാത്രി, ഏതോ പുലർകാലയാമം.

കണ്ടന്റെ പേരുവിളിച്ച് ആരോ ഉച്ചത്തിൽ കരയുന്നത് കേട്ടാണ് ഞെട്ടിയുണർന്നത്. ഉണർന്നപാടെ അവൻ പായ്ക്കടിയിൽ ഒളിപ്പിച്ചുവെച്ചിരുന്ന വാക്കത്തി കൈയിലെടുത്തു. ജന്മികളുടെ ആളുകളാരോ അക്രമത്തിനായി വന്നതാകാമെന്നായിരുന്നു അവൻ ധരിച്ചത്.

അപ്പോഴേക്കും നല്ലപെണ്ണ് ഉണർന്നു. അവർ പരിഭ്രാന്തിയോടെ കണ്ടനെ തടഞ്ഞു.

“ഇന്റെ മോൻ ഏടേക്കെങ്കിലും ഓടിപ്പോയ്ക്കോ. അപ്പനെ കൊന്നപോലെ നിന്നെയും ഓര് കൊല്ലും മോനേ....”

അമ്മയ്ക്ക് ധൈര്യം പകർന്ന് കണ്ടൻ കത്തിച്ച മണ്ണെണ്ണ വിളക്കുമായ് പുറത്തേക്കിറങ്ങി. ഒരു കൈയിൽ സുരക്ഷയ്ക്കായി വാക്കത്തി കരുതിയിരുന്നു.

പുറത്ത് നിലാവെളിച്ചമുണ്ടായിരുന്നു.

എട്ടുപത്തു പേരുണ്ട്.

“കണ്ടാ.... ഇതു ഞങ്ങളാ വേലാണ്ടനും അരുമയും....” അവരിൽ രണ്ടുപേരുടെ മുഖം കണ്ടപ്പോൾ കണ്ടന് മനസ്സിലായി അക്രമകാരികളല്ല, മിത്രങ്ങളാണ്. തന്റെ സുഹൃത്തുക്കൾ, സഖാക്കൾ....

“കണ്ടാ.... നമ്മുടെ സഖാവിനെ പാമ്പു കടിച്ചു. മെഡിക്കൽ കോളേജിലേക്ക് കൊണ്ടോയിട്ട്ണ്ട്....”

അതുകേട്ടതും കണ്ടന്റെ തൊണ്ടയിൽനിന്നും ഒരു ഗദ്ഗദം പുറത്തേക്ക് വന്നു. അവൻ നിലത്തിരുന്നു പോയി.

മെഡിക്കൽ കോളേജിൽ കൊണ്ടുപോവുക എന്നുപറഞ്ഞാൽ അക്കാലത്തെ അർത്ഥം ‘മരിക്കുക’ എന്നു തന്നെയായിരുന്നു.

കാരണം പാമ്പുകടിയേറ്റാൽ വിഷാരിമാരാണ് ചികിത്സിക്കുക. അവര് കൈയൊഴിഞ്ഞ ഒരു കേസ് രക്ഷപ്പെട്ട ചരിത്രമില്ല.

അല്പസമയം കണ്ടന് ഒന്നും സംസാരിക്കാൻ കഴിഞ്ഞില്ല.

“കണ്ടാ.... നമ്മളിങ്ങനെ നിന്നാൽ ശരിയാകില്ല. സഖാവിന് വല്ലതും പറ്റിയെന്നറിഞ്ഞാൽ നമ്മുടെ ശത്രുക്കൾ അത് ആഘോ

ഷമാക്കും. അവൻ കൂട്ടംകൂടി നമ്മെ അക്രമിക്കാൻ തയ്യാറെടുക്കും.... നമ്മൾ സംഘടിതരായി നില്ക്കേണ്ട സമയമാണിനി...."

കൂട്ടത്തിൽ മുതിർന്നയാളായ വേലാണ്ടിയാണ് ആ അഭിപ്രായം പറഞ്ഞത്.

കണ്ടൻ അവരോടൊപ്പം താൽക്കാലികമായി ഉണ്ടാക്കിയ പാർട്ടി മന്ദിരത്തിലേക്കു പോയി.

പുലർച്ചെ ആറുമണിക്ക് സഖാവിന്റെ മൃതദേഹമെത്തി. മൂന്നര വർഷത്തോളം ആ പ്രദേശത്തുകാരുടെ കൂടെ ഉണ്ണുകയും ഉറങ്ങുകയും ചെയ്ത അവരുടെ പ്രിയപ്പെട്ട സഖാവ് നിശ്ചലനായി കിടന്നു.

സഖാവിന്റെ ചേതനയറ്റ മുഖം കണ്ടപ്പോൾ അവിടെ കൂടിയിരുന്നവരെല്ലാം വിങ്ങിപ്പൊട്ടി.

അക്ഷരങ്ങളുടെ വെളിച്ചം അവരുടെ മനസ്സിൽ പകർന്ന സഖാവ്, അടിമത്വത്തിനും ജന്മിത്വത്തിനുമെതിരെ ധീരമായി പോരാടിയ മനുഷ്യസ്നേഹി, എല്ലാറ്റിനുമുപരിയായി മനുഷ്യനെ സ്നേഹിക്കുന്നതിൽ അവർക്ക് മാതൃക കാണിച്ചുകൊടുത്തതും സഖാവുതന്നെയായിരുന്നല്ലോ.

ഉച്ചയാകുമ്പോഴേക്കും പാർട്ടിയുടെ താൽക്കാലിക മന്ദിരവും ചുറ്റുമുള്ള പ്രദേശങ്ങളും നൂറുകണക്കിന് ആളുകളെക്കൊണ്ട് നിറഞ്ഞു.

മൃതദേഹം പൊതുദർശനത്തിന് വെച്ചശേഷം അദ്ദേഹത്തിന്റെ ജന്മദേശത്തേക്കുകൊണ്ടുപോയി.

കണ്ടനും സുഹൃത്തുക്കളും ഒരു ജീപ്പിൽ മൃതദേഹത്തിന് അകമ്പടിയായി പോയി.

അവർ തിരിച്ചെത്തിയപ്പോൾ സമയം രാത്രി പതിനൊന്നു മണിയാക്കാണും. നേരിയ ഒരു മഴച്ചാറ്റൽ ഉണ്ടായിരുന്നു.

ജീപ്പ് അക്കരെനിന്നു തന്നെ പറഞ്ഞയച്ച് അവർ ഒമ്പതു പേർ കടവു കടന്നുവരാൻ തീരുമാനിച്ചതായിരുന്നു.

കടത്തുകാരൻ കോയാക്ക ഉറക്കമായിക്കഴിഞ്ഞിരുന്നു. അവസാനം അയാൾ എഴുന്നേറ്റുവന്നു.

കടവുകടന്ന് താന്താങ്ങളുടെ കുടിലിലേക്ക് നടക്കുമ്പോഴെല്ലാം അവരുടെ മനസ്സിൽ സഖാവിനെക്കുറിച്ചുള്ള നല്ല സ്മരണകൾ നിറഞ്ഞു നിന്നു.

ആ നാടിന്റെ രക്ഷകനായ് പാർട്ടി നിർദ്ദേശാനുസരണം എത്തിപ്പെട്ട മനുഷ്യൻ.

അയാൾക്കു നേരിടേണ്ടിവന്ന എതിർപ്പുകൾ.... കൂസലില്ലാതെ, എതിർപ്പുകളെയെല്ലാം അനായാസം നേരിട്ട സഖാവിന്റെ ശൈലി.... മനുഷ്യത്വം, സ്നേഹം....

അവസാനം, സർപ്പദംശനമേറ്റ് മരിക്കുമ്പോൾ അദ്ദേഹം ബാക്കിവെച്ചത് ഇതൊക്കെയായിരുന്നു.

മറ്റുള്ളവരുടെ മനസ്സിലാണ് മഹാന്മാർ മരിച്ചതിനുശേഷം ജീവിക്കുക എന്നത് ഏതോ ഒരു നാട്ടിലെ പഴമൊഴിയാണ്. എത്ര ശരിയാണത്. സഖാവിന്റെ കാര്യത്തിൽ.....

നടന്നുനടന്ന് അവർ നാടെത്തി. അപ്പോഴാണ് കണ്ടനത് ശ്രദ്ധിച്ചത്.

വലിയ പുകച്ചുരുൾ അന്തരീക്ഷത്തെ ആകെ മൂടിയിരിക്കുന്നു. എവിടെയോ തീപിടുത്തമുണ്ടായിട്ടുണ്ട്. അടുക്കുന്തോറും അവരുടെ ഹൃദയം പടപടാ മിടിച്ചു. ആപത്ശങ്കകൾ മനസ്സിലുയർന്നു.

താൽക്കാലികമായി കെട്ടിയുയർത്തിയ രണ്ടുമുറികളുള്ള ആസ്ഥാനമന്ദിരം ചാരമാക്കിയിരിക്കുന്നു. അതിനടുത്തുണ്ടായിരുന്ന കറപ്പന്റെ ചാളയും എരിഞ്ഞുതീർന്നിരിക്കുന്നു. ചാളയ്ക്കരികിലായി കറപ്പനും കുട്ടികളും ഓരോ ഓലക്കഷണം തലയ്ക്കുമുകളിൽ പിടിച്ച് വിറച്ച് കൂനിക്കൂടിയിരിക്കുന്നു.

എല്ലാവരും കറപ്പന്റെ അരികിലെത്തി. കറപ്പൻ പൊട്ടിക്കരഞ്ഞു.

കണ്ടൻ സമാധാനിപ്പിച്ചു.

"എപ്പളായിർന്നു കറപ്പേട്ടാ...."

"മോന്തിക്ക് ഒമ്പത് മണ്യായിറ്റ്ണ്ടാകും. ഓല് കുറേ ആള്ളേള്ണ്ടായിനും. ഒക്കെ തമ്പുരാന്റെ ശിങ്കിടികളാ... മന്ദിരത്തിന് തീവെക്കാൻ വന്നപ്പം ഏനും മക്കളുംകൂടി ബഹളംവെച്ചു. അതിലുള്ള അരിശത്തിന് ന്റെ കുടിക്കും തീവെച്ച്...."

കണ്ടന്റെ കണ്ണിൽ തീ പടർന്നു. കറപ്പനെയും കുടുംബത്തെയും തന്റെ കുടിലിലേക്ക് കൊണ്ടുപോയി കണ്ടൻ.

"വെയിലാറട്ടെ. കാട്ടീന്ന് കുറേ മുള വെട്ടിക്കൊണ്ടുവരണം. ഓലേം വേണം. മ്മക്ക് പുതിയൊരു കുടികെട്ടാൻ അത്രേം മതീ

ല്ലോ.... ഇതിന്റെ വെഷമം തമ്പുരാന്മാരും ഒന്നറിയണം.... പണീണ്ട്...."

കണ്ടൻ പിറുപിറുപ്പോടെ പറഞ്ഞത് ആരും അത്ര ശ്രദ്ധിച്ചില്ല. പിറ്റേന്നാണ് അവർക്കത് മനസ്സിലായത്. തമ്പുരാന്മാരുടെ മൂന്ന് പത്തായപ്പുരകളും രണ്ട് തേങ്ങാപ്പുരകളും തലേദിവസം കത്തിയമർന്ന വിവരം.

ആ വാർത്ത നാട്ടിലെങ്ങും കാട്ടുതീപോലെ പടർന്നു. 'പാവപ്പെട്ടവൻ പകരം ചെയ്തുതുടങ്ങിയ വാർത്ത.'

12

ഒത്തുതീർപ്പുകൾ

ഒരു പുതിയ അതിഥികൂടി വന്നതോടെ നന്ദുവിന്റെ മടുപ്പും ഏകാന്തതയുമെല്ലാം പമ്പകടന്നു.

'അവന്തിക.' അവനായിരുന്നു അവൾക്ക് ആ പേരിട്ടത്. ഏതോ രാജകുമാരിയുടെ പേര്.

പേരുപോലെ സുന്ദരിയായിരുന്നു അവളും.... നുണക്കുഴിക്കവിളുകളും തിളങ്ങുന്ന കണ്ണുകളുമുണ്ടായിരുന്നു അവൾക്ക്. നന്ദുവിന്റെ ശബ്ദം കേൾക്കുമ്പോൾ അവൾ തലതിരിക്കാൻ നോക്കും. ശബ്ദത്തിന്റെ ഉറവിടം കണ്ടെത്തിയാൽ അവന്റെ മുഖത്തേക്ക് ഉറ്റുനോക്കും.

അവൻ കോപ്രായങ്ങളും വിസിലടികളുംകൊണ്ട് അവളെ ആനന്ദിപ്പിക്കും....

ഗിരീഷങ്കിൾ ആശുപത്രിയിലെത്താൻ പലപ്പോഴും വൈകി. അവന്തികയുമായി ഏറെസമയം ചെലവഴിക്കാൻ കിട്ടുന്നില്ലല്ലോ എന്നുള്ളതാണ് പുള്ളിക്കാരന്റെ ഇപ്പോഴത്തെ സങ്കടം.

അവന്തികമോൾക്കായി മൂന്നു പെട്ടികൾ നിറയെ കളിപ്പാട്ടം ഇറക്കിയിട്ടുണ്ട്. അതൊന്നും അവൾക്ക് കളിക്കാൻ കൊടുക്കരുതെന്നാണ് ആന്റിയുടെ പക്ഷം. അവൾക്ക് കളിപ്പാട്ടങ്ങളുമായി കളിക്കാനുള്ള സമയമായിട്ടില്ല. ഇപ്പോളവൾ പൊടിക്കുഞ്ഞാണല്ലോ.

ഈ സന്ദർഭം ഉപയോഗപ്പെടുത്തിയത് നന്ദുവാണ്. ചൈനീസ് മാർക്കറ്റ് സന്ദർശിച്ചപ്പോൾ, ഏറ്റവും ചെറിയ കുഞ്ഞുങ്ങൾക്ക് കളിക്കാൻ പാകത്തിനുള്ള ഒരു കളിപ്പാട്ടം അവനു കിട്ടി. സുന്ദരമായ ഒരു കിലുക്കാം പെട്ടി.

അത് കിലുക്കുമ്പോൾ ഇമ്പമേറിയ ഒരു ശബ്ദമുയരും. മാത്രമല്ല, അതിന്റെ ഇരുവശങ്ങളിലും മുത്തുമണികൾ തൊങ്ങലുകളായി തൂങ്ങിക്കിടന്നിരുന്നു. മഞ്ചാടിമണികൾകൊണ്ട് അതിന്റെ മേൽഭാഗം സുന്ദരമാക്കിയിട്ടുണ്ടായിരുന്നു.

ആ കിലുക്കാംപെട്ടി കാണുമ്പോൾ അവളുടെ മുഖം പ്രകാശിക്കും.

നന്ദുവിന് ആകെയുണ്ടായ പ്രശ്നം കണ്ടനുമായുള്ള അത്ഭുതകൂടിക്കാഴ്ചകൾക്ക് മുടക്കം വന്നു എന്നുള്ളതാണ്. മാത്രമല്ല ഇപ്പോൾ ഫ്ളാറ്റിൽ രോഗികളുടെ വരവും കൂടിയിരിക്കുന്നു. അടുത്തുണ്ടായിരുന്ന ഏതോ ഒരു ഡോക്ടർ ലോങ്ലീവിലാണത്രെ.

കണ്ടനെ കാണാനും കഥയുടെ ബാക്കി കേൾക്കാനും അവന് പൂതി തോന്നിത്തുടങ്ങിയിരുന്നു.

അങ്ങനെയിരിക്കെയാണ് അസുലഭമായ ആ സന്ദർഭം ഒത്തുവരുന്നത്. ഗുരുവായൂർ സന്ദർശനത്തിനായി ഗിരീഷങ്കിൾ ആന്റിയെയും അവന്തികയെയും കൂട്ടി പോകുന്നു.

ഒരു സുഹൃത്തിന്റെ കുടുംബവും കൂടെയുണ്ട്. രണ്ടുദിവസം സ്കൂൾ അവധിയായിരുന്നു. അവനും കൂടെ പോകാമായിരുന്നു. പക്ഷേ, അവൻ ആ അവസരം കണ്ടനുമൊത്ത് ചെലവഴിക്കാനാണ് തീരുമാനിച്ചത്.

ഏഴാം ദിവസത്തെ കഥ

കണ്ടന്റെ മുഖത്ത് കുറേ ദിവസങ്ങൾ അവനെ കാണാത്തതിലുള്ള കുണ്ഠിതമുണ്ടായിരുന്നു.

കഥ കേൾക്കാൻ കാത് കൂർപ്പിച്ചിരുന്ന അവന്റെ താല്പര്യം കണ്ട് കണ്ടൻ ബാക്കി കഥയുടെ മടിശ്ശീലച്ചുരുളുകൾ അഴിക്കാൻ തുടങ്ങി.

നാട്ടിൽ വലിയ ഒച്ചപ്പാടുകൾക്ക് കാരണമായ ഒരു പ്രവർത്തനമായിരുന്നു കണ്ടന്റെ നേതൃത്വത്തിൽ നടന്ന പ്രതികാരം. ജന്മിമാരുടെ തേങ്ങാക്കൂടുകൾ മൂന്നെണ്ണം അർദ്ധരാത്രി കത്തിയ

മർന്നു. ആയിരക്കണക്കിന് തേങ്ങകളും മരസാമഗ്രികളും ഒന്ന ടങ്കം കത്തിയമർന്നു.

ആ തിരിച്ചടി ജന്മിമാർ ഒരിക്കലും പ്രതീക്ഷിക്കാത്ത തായിരുന്നു. അവർക്ക് കിട്ടിയ ഒരു ഇരുട്ടടിയായിരുന്നു ഈ പ്രതി കാര നടപടി.

കണ്ടൻ ഇതിനോടകം കീഴ്ജാതിക്കാരുടെ നേതാവായി ഉയർന്നിരുന്നു. അവരുടെ ആശ്രയവും ഏകാവലംബവുമായിരുന്ന സഖാവിന്റെ മരണത്തെത്തുടർന്ന് കണ്ടനെ നേതാവായി തെര ഞ്ഞെടുക്കുകയായിരുന്നു.

പാർട്ടിയുടെ മൗനാനുവാദവും അതിനു ലഭിച്ചു. പക്ഷേ, എടുത്തുചാടിയുള്ള പ്രവർത്തനങ്ങൾ അവസാനിപ്പിക്കാൻ പാർട്ടി കർശനമായി കണ്ടനെയും കൂട്ടരെയും ഓർമ്മിപ്പിച്ചു.

ജന്മിമാരുടെ പക കണ്ടനെതിരെയുണ്ടാകുമെന്ന് എല്ലാവരും കണക്കുകൂട്ടിയിരുന്നു.

അതുകൊണ്ടുതന്നെ കണ്ടന്റെ കുടിലിൽ രാത്രി ഏതാനും സുഹൃത്തുക്കൾ കൂട്ടുകിടക്കാനെത്തി.

ജന്മിമാരുടെ ആക്രമണം ഏതുനിമിഷവും അവർ പ്രതീക്ഷി ച്ചു. പക്ഷേ, അങ്ങനെയൊന്നുമുണ്ടായില്ല.

ചാരത്തിനുള്ളിൽ തിളങ്ങുന്ന കനലുപോലെ ജന്മികൾ അടി യാന്മാരോടുള്ള പക കാത്തുവെച്ചു. പക്ഷേ, അടിയാന്മാരെ അവർക്ക് ഒഴിവാക്കാൻ വയ്യായിരുന്നല്ലോ.

മണ്ണൊരുക്കാൻ അവർ വേണം. ഞാറു നടാനും കളപറി ക്കാനും അവർ വേണം. കൊയ്യാനും മെതിക്കാനും പതം തിരി ക്കാനും അവരുടെ സേവനം വേണം.

തെങ്ങിന്റെ മുകളിൽക്കയറാനും, കുറ്റിക്കാടുകൾ വെട്ടാനും, വാഴക്കന്ന് നടാനും, കുലവെട്ടാനും പുലയർ വേണം. അടുക്കള പ്പണിക്കില്ലെങ്കിലും പുറംപണിക്ക് അടിയാത്തിപ്പെണ്ണുങ്ങൾ വേണം.

അതുകൊണ്ട് ജന്മിമാർ അവരോട് ഒരു സന്ധിക്ക് തയ്യാറാ യി. വീണ്ടും.....

അതിനിടയിലായിരുന്നു കണ്ടന് ഒരു വിവാഹാലോചന വന്ന ത്. അടുത്തഗ്രാമത്തിലെ പുലയപ്രമുഖനായ മലയന്റെ മകൾ മാതു പ്പെണ്ണ്.

ആരോഗ്യവും സൗന്ദര്യവും സ്വഭാവഗുണവുമുള്ള ഒരു പെൺകുട്ടിയായിരുന്നു മാതു. മാത്രമല്ല ആറാംക്ലാസുവരെ പഠിക്കുകയും ചെയ്തിരിക്കുന്നു.

കണ്ടനെപ്പോലെ ഇല്ലെങ്കിലും അത്യാവശ്യം വായിക്കാനും എഴുതാനുമൊക്കെ അവൾക്കും കഴിവുണ്ട്.

അന്വേഷണവുമായി വന്നവരോട് കണ്ടൻ കാര്യങ്ങളൊക്കെ പറഞ്ഞു. ജന്മിമാരുടെ കോപത്തിന് കാരണമായ ഒട്ടനവധി പ്രവർത്തനങ്ങൾക്ക് മുന്നിട്ടിറങ്ങിയവനാണ്. അവരുടെ ഭാഗത്തു നിന്നും ഒരു തിരിച്ചടി ഏത് നിമിഷവും ഉണ്ടാകാം. ജീവൻതന്നെ നഷ്ടപ്പെട്ടുവെന്നുവരാം.... നല്ലവണ്ണം ആലോചിച്ച് തീരുമാനമെടുക്കുക.

പക്ഷേ, കാര്യങ്ങൾ കേട്ട മാതു അവയെല്ലാം ചിരിച്ചുതള്ളുകയാണ് ചെയ്തത്. മറ്റുള്ളവർക്കുവേണ്ടിയാണ് കണ്ടൻ ഇക്കാര്യങ്ങളൊക്കെ ചെയ്തത്. സ്വന്തം കാര്യത്തിനു വേണ്ടിയല്ല. പാവപ്പെട്ടവർക്ക് നല്ല ഒരു നാളെയുണ്ടാകാൻ കണ്ടൻ പൊരുതുന്ന ഓരോ സമരത്തിലും തന്റെയും പങ്കാളിത്തമുണ്ടാകുമെന്നും കണ്ടനെ വിവാഹം കഴിക്കാൻ തനിക്ക് സമ്മതമാണെന്നും മാതു അറിയിച്ചു.

വിവാഹം കെങ്കേമമായി നടന്നു.

കണ്ടന്റെ സമരത്തിന് കൂട്ടായി ഒരു വിപ്ലവസുഹൃത്തിനെ ജീവിത സഖിയായി കിട്ടി.

നല്ലപെണ്ണിനായിരുന്നു ഇതിൽ ഏറെ സന്തോഷം. തന്റെ മകന്റെ കഷ്ടതകൾ ഇതോടെ അവസാനിക്കുമെന്ന് അവൾ ഉറച്ചു വിശ്വസിച്ചു.

ഊണുമുറക്കവുമില്ലാതെ അലഞ്ഞു നടക്കുന്ന സ്വഭാവം അവൻ മാറ്റിയെടുക്കുമെന്ന് അവൾ വിശ്വസിച്ചു.

പക്ഷേ, നേരെ മറിച്ചായിരുന്നു കാര്യങ്ങൾ. വിവാഹത്തിന്റെ പിറ്റേന്നുതന്നെ കണ്ടൻ ഒരു വമ്പിച്ച സമരപരിപാടിക്ക് തുടക്കം കുറിച്ചു.

'പാത്രത്തിൽ മാത്രം ഭക്ഷണം നല്കുക. ഇല്ലെങ്കിൽ ജോലി ബഹിഷ്കരിക്കും.'

ഇതായിരുന്നു ആ തീരുമാനം.

ജന്മിമാരുടെ വീടുകളിൽ ജോലി ചെയ്തിരുന്നവർക്ക് നിലത്ത് കുഴികുത്തി അതിൽ ഇലവെച്ച് കഞ്ഞിവിളമ്പൽ പതിവുണ്ടായിരുന്നു ചില പ്രധാന ഇല്ലങ്ങളിൽ.

നിലത്ത് കഞ്ഞി ഒഴിച്ച് അത് കുനിഞ്ഞുനിന്ന് നാൽക്കാലികളെപ്പോലെ കഞ്ഞികുടിക്കുന്ന പ്രാകൃതരീതിയും ചില സ്ഥലങ്ങളിൽ അവസാനിച്ചിരുന്നില്ല.

അതിനെതിരെ സഖാവിന്റെ നേതൃത്വത്തിൽ ജോലി ബഹിഷ്കരണം നടന്നിരുന്നു. അതൊഴിവാക്കുമെന്ന് ജന്മിമാർ വാക്കുതന്നിരുന്നതുമാണ്.

എന്നാൽ, സഖാവിന്റെ മരണത്തോടെ പല ഇല്ലങ്ങളിലും മേൽ നടപടികൾ പുനരവതരിക്കുകയായിരുന്നു.

ഇതിനെതിരായി സമരം ചെയ്യാൻ കണ്ടന്റെ നേതൃത്വത്തിൽ ഒരുപറ്റം ചെറുപ്പക്കാർ തീരുമാനിക്കുകയായിരുന്നു.

പിറ്റേന്ന് വയലുകളും പറമ്പുകളും നിശ്ചലമായി. പകുതി കൊയ്തവയും കിളയ്ക്കാൻ ബാക്കിയുള്ളവയുമായി പണി പൂർത്തിയാകാതെ കിടന്നു.

ജന്മിമാർ അങ്കലാപ്പിലായി.

കൃഷി മുടങ്ങിയാൽ താമസിയാതെ പത്തായം ശൂന്യമാകും. ധാന്യമില്ലാതാകും. അവസാനം വിത്തെടുത്ത് ഉണ്ണേണ്ട അവസ്ഥ വരും. അവസാനം അതുമില്ലാതാകും.

എന്തെങ്കിലും ഒരു പരിഹാരം ആലോചിച്ചേ പറ്റൂ. അവരുടെ കാര്യസ്ഥന്മാർ കണ്ടനെയും കൂട്ടരെയും ഒരു ചർച്ചയ്ക്കായി ക്ഷണിച്ചു.

കണ്ടനും ഏതാനും സുഹൃത്തുക്കളും അനുരഞ്ജനത്തിന് തയാറായി. ഒരു കണ്ടീഷൻ മാത്രം.

ഇലകളിലോ പാത്രങ്ങളിലോ ഭക്ഷണം വിളമ്പാം. മണ്ണ് കുഴിച്ച കുഴിയിൽ ഇനി ഭക്ഷണം വിളമ്പരുത്. മനസ്സില്ലാ മനസ്സോടെ ജന്മിമാർ അതിന് സമ്മതം മൂളി.

പക്ഷേ, ഓരോ വട്ടം തോല്ക്കുമ്പോഴും അവരുടെ മനസ്സിൽ കണ്ടനോടുള്ള പക കൂടിക്കൂടി വന്നു.

കണ്ടനെ ഇല്ലാതാക്കിയാൽ അവരുടെ കൂട്ടായ്മ നശിച്ചുപോകും എന്നവർ കണക്കുകൂട്ടി.

അടിയാളരുടെ ഏകനേതാവ് കണ്ടനാണ്. അവന് വിവരവുമുണ്ട്. ധൈര്യശാലിയുമാണ്. ഏതെങ്കിലും പ്രലോഭനത്തിൽ വീഴുന്നവനുമല്ല. സാധാരണ അടിയാന്മാർ കള്ളിലും പുകയിലയിലും വീഴുന്നവരാകും. പക്ഷേ, കണ്ടൻ അത്തരക്കാരിൽപ്പെടില്ല.

അവനെ എങ്ങനെ ഇല്ലാതാക്കും.

അവരെല്ലാം തലപുകഞ്ഞാലോചിച്ചു.

ചതിയിൽപ്പെടുത്തി കണ്ടനെ വകവരുത്താം എന്നവർ കണക്കുകൂട്ടി.

അതിനുള്ള തന്ത്രങ്ങൾ മെനയാൻ ചില കാര്യസ്ഥന്മാരെ ജന്മിമാർ ചട്ടം കെട്ടുകയുംചെയ്തു.

ഈ സമയത്ത് കണ്ടന്റെ നേതൃത്വത്തിലുള്ള അടിയാളർ തങ്ങളുടെ വിജയം ആഘോഷിച്ചു.

അവർ തന്നെ എഴുതിയുണ്ടാക്കിയ പാട്ടുകൾ സംഘമായി ചൊല്ലിയുള്ള ആഘോഷം....

"മൃഗങ്ങളല്ലാ ഞങ്ങള് തമ്പ്രാ....
മനുഷ്യരാണ് നിങ്ങളെപ്പോലെ
ഞരമ്പിലുള്ളത് ചുകന്ന ചോര
നിങ്ങൾക്കുള്ളതുമതേ നിറത്തിൽ....
കൂരയ്ക്കുള്ളിൽ കിടന്നുറങ്ങാം
എല്ലുമുറിയെ പണിയെടുക്കാം....
കാലികളെപ്പോൽ കഞ്ഞികുടിക്കാൻ
പറയരുതിനിമേൽ തമ്പ്രാന്മാരേ...."

ഇതൊക്കെയായിരുന്നു പാട്ട്. മാതുപ്പെണ്ണിന്റെ നേതൃത്വത്തിൽ സംഘമായി പാട്ടുപാടി.

അതുകേട്ട് മനസ്സിലായവരും അല്ലാത്തവരുമെല്ലാം ഉച്ചത്തിൽ കൈയടിച്ചുകൊണ്ടിരുന്നു....

കണ്ടൻ കഥ അവസാനിപ്പിച്ചപ്പോഴേക്കും സമയം പാതിര കഴിഞ്ഞിരുന്നു.

നന്ദു കൗതുകത്തോടെ ആ പാട്ടുകൾ തന്റെ ഡയറിയിൽ കുറിച്ചിട്ടു. പിന്നീട് ഓർത്തെടുക്കാൻ.

13

സ്വന്തം വഴികൾ

റിസൾട്ടറിയാൻ എത്തിച്ചേർന്നവരുടെ ബഹളമായിരുന്നു സ്കൂൾ അങ്കണത്തിൽ.

പുത്തനുടയാടകൾ ധരിച്ച് വരാൻ കിട്ടുന്ന അപൂർവ്വം ദിവസങ്ങളിലൊന്നുമാണ് ഈ ദിവസം.

സ്കൂൾ ഹാളിലും പുറത്തുമായി പല ക്ലാസുകളിലുള്ള കുട്ടികൾ സംഘം ചേർന്ന് ചിരിച്ചും വർത്തമാനങ്ങൾ പരസ്പരം പങ്കുവെച്ചും കൊണ്ടിരുന്നു.

റിസൾട്ടിനെക്കുറിച്ച് അവർക്കാർക്കും അങ്കലാപ്പുകളില്ല. വളരെ അപൂർവ്വമാണ് ആ സ്കൂളിൽ തോൽവി. എസ് എസ് എൽ സി പരീക്ഷയിൽ കഴിഞ്ഞ ഏഴുവർഷങ്ങളിലായി നൂറുശതമാനം വിജയം കരസ്ഥമാക്കുന്ന സ്കൂൾ കൂടിയാണല്ലോ.

നന്ദു റിസൾട്ട് എഴുതിത്തൂക്കിയ ചാർട്ടിലൂടെ കണ്ണോടിച്ചു. ഏതാണ്ട് മദ്ധ്യഭാഗത്തായി അവന്റെ പേരുണ്ട്. നന്ദകുമാർ എസ്. എട്ടാം തരത്തിലേക്ക് പാസായിരിക്കുന്നു.

സുഹൃത്തുക്കളുമായി അല്പസമയം ചെലവഴിച്ചശേഷം അവൻ ഫ്ളാറ്റിലേക്കു മടങ്ങി.

അവന്തികയ്ക്കായി കുറച്ചു ചോക്ലേറ്റ് വാങ്ങി.

വിജയത്തിനുള്ള സന്തോഷം പങ്കുവെയ്ക്കാൻ കുറച്ചു ലഡുവും.

ചോക്ലേറ്റു കണ്ട് അവന്തിക പുഞ്ചിരിച്ചു. "മുഴുവനും കൊടുക്കല്ലേ നന്ദൂ.... ചേട്ടൻ കണ്ടാ വഴക്കു പറയും."

ചോക്ലേറ്റ് പൊതിയിൽനിന്ന് ഒരെണ്ണമെടുത്ത് തോലുരിഞ്ഞ് അവൾക്ക് നീട്ടി.

അവളത് സന്തോഷത്തോടെ വാങ്ങി വായിലിട്ടു. "ങ്ഉം.... ഇനി ഇതാ ഈ കവിളിൽ...."

നന്ദു കവിളു കാണിച്ചു. ഒരു ബാദ്ധ്യത തീർക്കുന്നവണ്ണം അവൾ അവന്റെ കവിളിൽ മൃദുവായി ഉമ്മവെച്ചു.

"നന്ദൂ.... ദാ അമ്മ വിളിക്കുന്നു...." ആന്റി മൊബൈലുമായി ഓടി വന്നു.

അമ്മ വളരെ സന്തോഷത്തിലാണ്. റിസൾട്ട് അറിയാൻവേണ്ടി മാത്രമല്ല വിളിച്ചത്. താൻ എന്നാണ് വീട്ടിലേക്ക് പോകുന്നത് എന്നുകൂടി അറിയണം.

നന്ദു പതിയെ പറഞ്ഞു. "അമ്മേ.... ഇംഗ്ലീഷിന്റെ ട്യൂഷൻ തുടങ്ങിയിരിക്കുന്നു. അടുത്തയാഴ്ച ശർമ്മസാർ പോകും. അതിനുശേഷം ഞാനും ഫ്രീയാവും. പിറ്റേന്നുവന്നാൽ പോരേ...."

മറുതലയ്ക്കൽ അമ്മയുടെ മറുപടി വൈകിയപ്പോൾ അവനു മനസ്സിലായി. ഇഷ്ടപ്പെട്ടിട്ടില്ല.

"ഒരാഴ്ചയല്ലേ..... അത് പെട്ടെന്നങ്ങ് പോകും. പിന്നെ ഞാനങ്ങ് വരും. രണ്ടാഴ്ച കിട്ടും അവിടെ. അപ്പോഴേക്കും അമ്മ നല്ല വിഭവങ്ങളൊക്കെ പ്ലാൻ ചെയ്ത് വെക്കണം.... ട്ടോ...."

ഫോൺ ഡിസ്കണക്ട് ചെയ്തിരിക്കുന്നു. കുറച്ചുകഴിഞ്ഞാൽ അമ്മ തണുക്കും. അസുഖം വന്നതിനുശേഷമാണ് ഈ മാറ്റങ്ങൾ തുടങ്ങിയത്. വിചാരിച്ചപോലെ കാര്യങ്ങൾ നടന്നില്ലെങ്കിൽ എല്ലാവരോടും പിണങ്ങുന്ന സ്വഭാവം മുമ്പൊന്നുമുണ്ടായിരുന്നില്ല.

'എസ്കേപ്പിസ'മാണുപോലും ഈ അസുഖത്തിന്റെ ലക്ഷണം. മറ്റാരോടെങ്കിലും പരിഭവം കാണിച്ച് സ്വന്തം ദുഃഖങ്ങൾ മറക്കാനുള്ള ശ്രമം. ഗിരീഷങ്കിൾ ആന്റിയോടു പറയുന്നത് കേട്ടതാണ്.

ഗിരീഷങ്കിളുമായി നാളെ ഒന്നുപോയി വരാൻ പറ്റുമോ? ഒന്നു ശ്രമിക്കുകതന്നെ.

നന്ദു അടുക്കളയിലേക്കു ചെന്നു.

ആന്റി അവന്തികയ്ക്ക് 'കുറുക്കു' കൊടുക്കുകയാണ്. മുത്താറിപ്പൊടി കലക്കി വറ്റിച്ചതിൽ, ചെറുതേനൊഴിച്ച് നേർപ്പിച്ചതാണ് കുറുക്ക്.

അതാണ് അവന്തികമോളുടെ സ്പെഷ്യൽ വിഭവം. ഒരു വയസ്സു കഴിഞ്ഞു അവൾക്ക്. ചെറുതായി നടക്കാനുള്ള ശ്രമങ്ങളൊക്കെയുണ്ട്.

"എന്താണ് നന്ദൂ....."

"ആന്റീ.... ഒന്ന് വീടുവരെ പോകണമെന്ന് ഒരു തോന്നൽ....."

"അതെന്തിനാ... ഒരാഴ്ച കഴിഞ്ഞാൽ പിന്നെ അവധി ആഘോഷമല്ലേ...."

"എന്നാലും.... അമ്മയ്ക്ക് ഒന്നു കാണണമെന്നുണ്ട്...."

"അതോ നിനക്കോ...." ആന്റി പൊട്ടിച്ചിരിച്ചു.

സംഗതി ഏറ്റു.

ഗിരീഷങ്കിൾ ഒന്നിച്ചൊരു പോക്കിന് സമ്മതം നല്കിയിരിക്കുന്നു.

"നാലരയാകുമ്പോൾ റെഡിയായി നില്ക്കുക. ഞാൻ ആശുപത്രിയിൽ നിന്നെത്തി ഒന്നു കുളിച്ചാൽ ഉടനെ പുറപ്പെടാം. ഒരുമിച്ച്...."

ഗിരീഷങ്കിളിന്റെ സംസാരം കേട്ടപ്പോൾ വലിയ സന്തോഷം തോന്നി. അവന്തികയെ കാണുമ്പോൾ മുത്തശ്ശിക്കും അമ്മയ്ക്കും ഇരട്ടി സന്തോഷമാകും.

കുറച്ചു പലഹാരങ്ങളും പച്ചക്കറികളും പട്ടണത്തിൽനിന്ന് വാങ്ങിവെക്കാൻ ഗിരീഷങ്കിൾ പറഞ്ഞുവത്രെ. ആന്റി അവനോട് മാർക്കറ്റിൽനിന്നും വാങ്ങിവരാൻ പറഞ്ഞു.

തീപിടിച്ച വിലയാണ് ഓരോന്നിനും. അവൻ അല്പം ശർക്കരയുപ്പേരിയും മുത്തശ്ശിക്കായി കുറച്ചു വെറ്റിലയും പുകയിലയും കൂടി വാങ്ങി.

വൈകുന്നേരം ഗിരീഷങ്കിൾ വാക്കു പാലിച്ചു. കൃത്യം നാല് മുപ്പതിനുതന്നെ മൂപ്പരുടെ സ്വിഫ്റ്റ് ഡിസയർ മുരൾച്ചയോടെ താഴെ ഗ്യാരേജിൽ വന്നുനിന്നു.

"ഗെറ്റ് റെഡി മാൻ...." കീചെയിൻ കൈയിലിട്ട് കറക്കിക്കൊണ്ട് ഗിരീഷങ്കിൾ കടന്നുവന്നു.

അവന്തികയുടെ മുഖത്ത് സൂര്യൻ.....

അമ്മയും മുത്തശ്ശിയും ത്രില്ലടിച്ച് നില്ക്കുകയാണ്. മുത്തശ്ശിയുടെ കവിളുകളിൽ തൊലി അല്പംകൂടി ചുളിഞ്ഞ് തൂങ്ങിയിരിക്കുന്നതായി അവന് തോന്നി.

ചെറുതായി ഒരു വിറയലുമുണ്ട് കൈകൾക്ക്....

അവന്റെ മുടിയിഴകളിലൂടെ വിരലുകളോടിച്ച് മുത്തശ്ശി അവനെ തന്നിലേക്ക് ചേർത്തു.

പിന്നെ മൂർദ്ധാവിൽ ഉമ്മവെച്ചു.

അവന്തികയെ എടുക്കുന്ന തിരക്കിലായിരുന്നു അമ്മ. അവന്തിക അവരോട് ലോഹ്യത്തിന് പോകാൻ കൂട്ടാക്കിയില്ല. അവൾ ഉഗ്രമായ ഒരു കരച്ചിൽ തുടങ്ങി.

നന്ദു ചെന്ന് കൈ നീട്ടിയപ്പോൾ കരച്ചിൽ ശമിച്ചു. അമ്മ സന്തോഷത്തോടെ അത് നോക്കി നിന്നു.

"ഇത് എന്റെ മോനാ...." അവളുടെ കവിളിൽത്തട്ടി പരിഭവത്തോടെ അമ്മ പറഞ്ഞു.

ചായയും പലഹാരങ്ങളുമൊക്കെയുണ്ടായിരുന്നു. ഗിരീഷങ്കിളിന്റെ വീട്ടിലേക്കും പോയി.

രാത്രി ഒമ്പതു മണിയോടെയാണ് തിരിച്ച് ഫ്ളാറ്റിലെത്തിയത്.

ഗിരീഷങ്കിളും ആന്റിയും നേരത്തെ കിടന്നു. അവന് ഉറക്കം വന്നില്ല.

ടി വി ഓൺ ചെയ്ത് വോള്യം കുറച്ച് അവൻ വാർത്തകൾ കണ്ടിരുന്നു.

'മഞ്ഞുമല ഉരുകി ഉത്തരേന്ത്യയിൽ പ്രളയം, ആയിരങ്ങൾ മരിച്ചതായി സൂചന' - വാർത്ത കേട്ട് അവൻ നടുങ്ങി. മലയാളികളും പ്രളയത്തിൽപ്പെട്ടിട്ടുണ്ടാകാൻ സാദ്ധ്യതയുണ്ടെന്നാണ് വാർത്തകൾ പറയുന്നത്.

കാലാവസ്ഥയിൽ വന്നുകൊണ്ടിരിക്കുന്ന അസ്വാഭാവിക മാറ്റത്തെക്കുറിച്ച് സുനിൽസാർ ക്ലാസിൽ പറഞ്ഞത് അവനോർത്തു.

"ആഗോളതാപനം.... ഉത്തരവാദിത്വം പ്രധാനമായും മനുഷ്യന്റെ ചെയ്തികൾതന്നെ."

അന്തരീക്ഷത്തിലേക്ക് അനുദിനം അടിഞ്ഞുയരുന്ന വാഹനപ്പുകയും ഫാക്ടറിയിലെ വിഷപ്പുകയും ഇതിന് പ്രധാന കാരണമാണ്.

സൈക്കിൾ ശീലമാക്കിയ ചൈനക്കാരനെ കളിയാക്കുന്ന ഇന്ത്യക്കാരൻ, അവൻ ലോകത്തിന് ചെയ്യുന്ന നന്മകൾ കാണാൻ കൂട്ടാക്കുന്നില്ല.

ഇപ്പോഴുണ്ടാകുന്ന പ്രകൃതിദുരന്തങ്ങൾ മനുഷ്യന്റെ ദുഷ്ചെയ്തികളുടെ ഫലമാണെന്ന് സ്ഥാപിക്കാൻ ശ്രമിക്കുകയായിരുന്നു സാർ.

പെട്ടെന്നാണ് അവന് കണ്ടനെ ഓർമ്മ വന്നത്.... കണ്ടന്റെ കഥയിൽ അല്പംകൂടി കേൾക്കാൻ സമയമുണ്ട്.

ശബ്ദമുണ്ടാക്കാതെ അവൻ ഗിരീഷങ്കിളിന്റെ കൺസൾട്ടിങ് റൂം തുറന്നു.

എട്ടാം ദിവസത്തെ കഥ

കണ്ടന്റെ നേതൃത്വത്തിൽ കുറച്ചു തൊഴിലാളികൾ ഒന്നിച്ചു ചേർന്ന് സ്ഥലം പാട്ടത്തിനെടുത്ത് വാഴകൃഷി ആരംഭിച്ചത് ഒരു പുതിയ ചുവടുവെപ്പായിരുന്നു.

അവരോട് താല്പര്യമുള്ള ഉടമസ്ഥൻ മലേഷ്യയിൽ കച്ചവടവുമായി കഴിയുകയായിരുന്നു. നാട്ടിൽവന്ന അയാൾ കൃഷിഭൂമി കണ്ട് സങ്കടപ്പെട്ടു.

തന്റെ പക്കലുള്ള ഭൂമി തരിശായിക്കിടക്കുന്നതിലും ഭേദം ഈ പാവങ്ങൾക്ക് കൃഷിചെയ്യാൻ കൊടുക്കുകയായിരിക്കും എന്ന് അയാൾക്കു തോന്നി.

മുപ്പതേക്കറോളം സ്ഥലമുണ്ടായിരുന്നു അയാൾക്ക്....

പാട്ടത്തിന് കൊടുക്കുന്ന വിവരമറിഞ്ഞ പല പ്രമാണിമാരും അയാളെ പിന്തിരിപ്പിക്കാൻ ശ്രമിച്ചു. അയാൾ വഴങ്ങിയില്ല.

കണ്ടന്റെ അപ്പനപ്പൂപ്പന്മാരൊക്കെ പാരമ്പര്യമായി അയാളുടെ കുടുംബവുമായി നല്ല ബന്ധമുള്ളവരായിരുന്നു.

അതും ഒരു കാരണമായി. വ്യവസ്ഥകൾ പാലിക്കുന്നതിൽ ഒരിക്കലും കണ്ടൻ വീഴ്ച വരുത്തുകയില്ല എന്ന് അയാൾ ഉറച്ചുവിശ്വസിച്ചു.

കണ്ടനും സുഹൃത്തുക്കളും കൃഷി ആരംഭിച്ചു. നിലമൊരുക്കുകയാണ് ആദ്യം. മണ്ണ് നന്നായി ഇളക്കിയിടണം. തോട്ടിലെ വെള്ളം ചെറിയ ചാലുകളായി കൃഷിഭൂമിയിലേക്ക് എത്തിക്കണം.

വെള്ളത്തിന്റെ ലഭ്യത ഒരു പ്രധാന പ്രശ്നമാണ്. കണ്ടനും

സുഹൃത്തുക്കളും കൃഷിഭൂമിയെ തട്ടുകളായി തിരിച്ചു. ഇടയ്ക്കിടെ വലിയ കുഴികൾ തീർത്തു. അതിന്റെ അടിയിൽനിന്നും ഉറവുകിനിഞ്ഞ് അവ ചെറിയ ചെറിയ കിണറുകളായി രൂപാന്തരപ്പെട്ടു.

അതുകഴിഞ്ഞപ്പോൾ ചപ്പിലകളും വെണ്ണീറും വിതറി മിശ്രിതമാക്കി.

വാഴക്കന്നുകൾ കൃത്യമായ അകലമിട്ട് കുഴിച്ചിട്ടു. ചുറ്റും കന്നുകാലികൾ കടക്കാതിരിക്കാനുള്ള മുള്ളുവേലികൾ സ്ഥാപിച്ചു. ഇടവിളയായി ചേനയും പയറും ചീരയുമൊക്കെ നടാൻ തീരുമാനിക്കുകയും ചെയ്തു.

ആഹ്ലാദകരമായിരുന്നു അവരുടെ സംഘം ചേർന്നുള്ള ജോലി. യജമാനന്മാരുടെ ആട്ടും തുപ്പുമില്ല, സമയനിഷ്ഠ പരിശോധിക്കപ്പെടില്ല, ആരുടെ മുമ്പിലും കണക്കുകൾ ബോദ്ധ്യപ്പെടുത്തേണ്ടതില്ല.

മൊത്തം വിളയുടെ നാലിലൊന്ന് തരാം എന്നാണ് സ്ഥലമുടമയോട് കണ്ടൻ കരാർ ചെയ്തത്. കന്നുകളും വളവും അയാളുടെ വകയായി കിട്ടി. അത് പരിപാലിക്കുകയേ വേണ്ടൂ.... അത് ഊഴംവെച്ച് ചെയ്താൽ മതിയാകും.

അങ്ങനെയായിരിക്കെ, ഒരുദിവസം കണ്ടനെ കാണാൻ ദൂരദേശത്തുനിന്നും രണ്ടു ചെറുപ്പക്കാരെത്തി. കറുത്തുതടിച്ച രണ്ടു മല്ലന്മാരായിരുന്നു അവർ. കണ്ണുകളിൽ ക്രൗര്യഭാവം. വളരെ താണുകേണ് അവർ കണ്ടനോട് തങ്ങളുടെ ആഗമനോദ്ദേശ്യം വെളിപ്പെടുത്തി.

അവരെയും ജോലിക്ക് ചേർക്കണം. കൂലി ഉടനെ വേണമെന്നില്ല. വാഴ മൂപ്പായി വെട്ടി വില്ക്കുമ്പോൾ മതിയാകും.

ഈ കാര്യങ്ങൾ കണ്ടന് വിശ്വസനീയമായി തോന്നിയില്ല. വളരെ ദൂരത്തുനിന്നും വന്ന, കാഴ്ചയിൽ ഗുണ്ടകളാണെന്ന് തോന്നുന്ന രണ്ടുപേർ. കൂലിയില്ലാതെ ജോലി വേണമെന്നു പറയുന്നു. വളരെ വിചിത്രം തന്നെ!

കണ്ടന്റെ കൂട്ടുകാർക്കും അതുതന്നെ തോന്നി.

അവരോട് എതിർത്തു പറയുന്നത് ശരിയല്ലെന്നു മനസ്സിലാക്കി പിറ്റേന്നുതൊട്ട് ജോലിക്കിറങ്ങാൻ പറഞ്ഞു.

അവർക്ക് താമസിക്കാനുള്ള ഏർപ്പാടും ചെയ്തുകൊടുത്തു. ഇതിലെന്തോ ചതിയുണ്ടെന്ന് മനസ്സിലാക്കിയത് കണ്ടന്റെ

സുഹൃത്ത് ചിണ്ടനാണ്. അവൻ ആ വിവരം ആരോടും പറയാൻ പോയില്ല. അവരുടെ നീക്കങ്ങൾ രഹസ്യമായി നിരീക്ഷിക്കാൻതന്നെ ചിണ്ടൻ തീരുമാനിച്ചു.

അധികം താമസിയാതെ ചിണ്ടന് ഒരു കാര്യം വ്യക്തമായി. ജോലിയന്വേഷിച്ചുവന്നിരിക്കുന്നവർ നിസ്സാരരല്ല. കണ്ടനെ വകവരുത്താൻ ജന്മിമാർ അയച്ച കൊലയാളികളാണവർ.

അവർ തമ്മിലുള്ള സംഭാഷണം ഒളിച്ചു കേട്ടപ്പോഴാണ് ചിണ്ടന് കാര്യങ്ങൾ ബോദ്ധ്യമായത്.

ചിണ്ടൻ സ്വകാര്യമായി അക്കാര്യം കണ്ടനെ അറിയിച്ചു. കണ്ടനും സുഹൃത്തുക്കളും അക്കാര്യം അറിഞ്ഞതായി നടിച്ചില്ല. അങ്ങനെയിരിക്കെ പിറ്റേന്നു രാത്രിയിൽ ഒരു സംഭവമുണ്ടായി.

14

ചതി

ഒരു വൈകുന്നേരമായിരുന്നു മുത്തശ്ശിയുടെ മരണം. സന്ധ്യാ ദീപം തെളിഞ്ഞു കത്തുന്ന നേരം.

ആന്റിക്കാണ് ഫോൺ വന്നത്. അവർ ഉടനെ ഗിരീഷങ്കിളിനെ അറിയിച്ചു. ഗിരീഷങ്കിൾ പതിവിലും നേരത്തേ ഫ്ളാറ്റിലെത്തി യപ്പോൾത്തന്നെ ഒരു സംശയം മണത്തതാണ്.

"നന്ദൂ... നമുക്ക് നിന്റെ വീട്ടിലോളം ഒന്നും പോയിവരാം.... എന്താ...."

അങ്ങനെ കേട്ടപ്പോൾ അത് എന്നത്തെയുംപോലെയല്ല എന്ന് തന്നോട് ആരോ മന്ത്രിക്കുന്നതായി അവന് തോന്നി.

തനിക്ക് എന്തോ നഷ്ടം നേരിട്ടിരിക്കുന്നു.... പക്ഷേ ആരും ഒന്നും പറഞ്ഞില്ല.

അവന്തിക നന്ദുവിന്റെ മടിയിലായിരുന്നു ഇരുന്നത്. അവ ളുടെ മൂർദ്ധാവിൽനിന്ന് നാൽപ്പാമരം എണ്ണയുടെ സുഖമുള്ള മണമുയർന്നു.

സീറ്റിന്റെ കുലുക്കത്തിൽ അവൾ പതുക്കെ മയക്കം പിടിച്ചു തുടങ്ങിയിരുന്നു.

വീടെത്താറായി.

"നന്ദൂ... മോളെ ഇങ്ങ് തന്നേ... ഇനി അവളെ ഞാൻ മടി യിൽവെക്കാം...." ആന്റി പതുക്കെ പറഞ്ഞു.

“നന്ദൂ.... പിന്നൊരു കാര്യം. നീ വെറുതെ ബഹളമുണ്ടാക്കരുത്. കാര്യങ്ങൾ സാവകാശത്തിൽ ഉൾക്കൊള്ളണം.”

“എന്ത് കാര്യങ്ങൾ...” ഗിരീഷങ്കിൾ പറയുന്ന മറുപടി തനിക്ക് ഏറെ വേദന നല്കും എന്ന് ഉറപ്പായിരുന്നെങ്കിലും ആ നഷ്ടം സ്ഥിരീകരിക്കാനായി അവൻ ചോദിച്ചു.

“മുത്തശ്ശി നമ്മെ വിട്ടു പോയി. വൈകുന്നേരം. സന്ധ്യാവന്ദനം ചെയ്യുന്ന നേരത്ത്....”

അവനൊന്നും മിണ്ടിയില്ല.

“നീ ഒന്നു കരയുന്നത് ആശ്വാസമാകും. അല്ലെങ്കിൽപ്പിന്നെ നിന്റെ മനസ്സിന് പ്രശ്നമാകും....”

അവന് കരച്ചിൽ വന്നില്ല. പക്ഷേ, അവന്റെ അകം കണ്ണീരിനാൽ ആകെ കുതിർന്നിട്ടുണ്ടായിരുന്നു.

എല്ലാവർക്കും ഉള്ളതുപോലുള്ള ഒരു മുത്തശ്ശിയായിരുന്നില്ല അവന്റേത്. തൊട്ടതിനും പിടിച്ചതിനുമൊക്കെ പ്രാകുന്ന സ്വഭാവമേ മുത്തശ്ശിക്കില്ലായിരുന്നു.

കുട്ടികളെ വലിയവരായിത്തന്നെ കാണണം എന്നായിരുന്നു മുത്തശ്ശിയുടെ പോളിസി.

ശങ്കരൻമാമയുടെ പറമ്പിൽ രാവിലെ വീണുകിടക്കുന്ന പഞ്ചാരമാങ്ങ തനിക്ക് ഏറെ ഇഷ്ടമാണെന്ന് മുത്തശ്ശിക്ക് അറിയാമായിരുന്നു. പക്ഷേ, നന്നേ പുലർച്ചയ്ക്ക് പോയാൽ തനിക്ക് വല്ല അപകടവും പറ്റും എന്ന് പേടിച്ച് മുത്തശ്ശിതന്നെ അവ കോന്തലയിൽ എടുത്തിട്ട് കൊണ്ടുവരുമായിരുന്നു.

ആ മധുരത്തിന് സ്നേഹത്തിന്റെകൂടി രുചിയല്ലായിരുന്നോ? ഇനി ആ വാത്സല്യം നുകരാൻ എന്നെങ്കിലും സാധിക്കുമോ?

ആന്റിയുടെ കൈ മുടിയിഴകളിലൂടെ പതുക്കെ ഇഴഞ്ഞപ്പോൾ കരച്ചിൽ വന്നു. ഒരു ചെറിയ കരച്ചിലിന്റെ ഒടുവിൽ വീടെത്തിക്കഴിഞ്ഞു.

മുത്തശ്ശിയുടെ മുഖത്ത് പതിവു ശാന്തതയാണ്. നിർവ്വികാരത. അച്ഛൻ മരിച്ചപ്പോഴും മുത്തശ്ശിക്ക് ഇതേ ഭാവം തന്നെയായിരുന്നു.

പച്ചമാവിന്റെ പൊളിപ്പുകൾക്കിടയിൽ മുത്തശ്ശിയുടെ വാത്സല്യം പൊതിഞ്ഞുകിടത്തിയിരിക്കുന്നത് കണ്ടപ്പോൾ ദുഃഖം അടക്കാൻ കഴിഞ്ഞില്ല.

പരികർമ്മി ചെയ്യേണ്ട കാര്യങ്ങളൊക്കെ പറഞ്ഞുതന്നു. കത്തിക്കൊണ്ടിരിക്കുന്ന ചിതയിൽ, മുത്തശ്ശിയോടൊപ്പം തന്റെ ബാല്യത്തിലെ നന്മകളെല്ലാം ചാമ്പലാകുകയാണെന്ന് അവനു തോന്നി.

ഗിരീഷങ്കിൾ ചുമലിൽ തൊട്ടു.

"മുത്തശ്ശിക്ക് നിന്നെപ്പറ്റി ഒരുപാടു പ്രതീക്ഷകളുണ്ടായിരുന്നു നന്ദൂ.... നിന്നെ ഒരു ഡോക്ടറാക്കണമെന്ന് കാണുമ്പോഴൊക്കെ പറയുമായിരുന്നു."

മനസ്സിൽ മുത്തശ്ശിയുടെ മുഖം കൊത്തിവെക്കുകയായിരുന്നു അവനപ്പോൾ. ഒരിക്കലും മാഞ്ഞുപോകാതെ അത് എന്നെന്നും ഉള്ളിൽവേണം. തന്നെ നയിക്കണം.

* * *

രണ്ടാഴ്ച കഴിഞ്ഞ് തിരിച്ച് ഫ്ളാറ്റിലെത്തുമ്പോഴേക്കും വർഷങ്ങളുടെ ദൈർഘ്യമുണ്ടെന്ന് നന്ദുവിന് തോന്നി. സ്കൂൾ മറ്റന്നാളാണ് തുറക്കുന്നത്. യൂണിഫോം അതിനുമുമ്പുതന്നെ വാങ്ങി തുന്നാനായി കൊടുത്തിട്ടുണ്ടായിരുന്നു.

അത് വാങ്ങണം. നോട്ടുബുക്കുകളും, പുത്തൻ ബാഗും വാങ്ങണം. ഒരു ജോഡി ചെരിപ്പ് വാങ്ങണം. വകയിലുള്ള ഒരമ്മാവന്റെ മകൻ അവന് മൂവായിരം രൂപ കൊടുത്തിരുന്നു. അതിൽ അഞ്ഞൂറു രൂപ അമ്മയുടെ കൈവശം നിർബ്ബന്ധിച്ച് ഏല്പിച്ചു.

അമ്മേയോട് കൂടെ പോരാൻ ഏറെ നിർബ്ബന്ധിച്ചു. ഗിരീഷങ്കിൾ പലവട്ടം വിളിച്ചു.

"ഇല്ല നന്ദൂ... അച്ഛന്റെ തുളസിത്തറയിൽ വിളക്ക് വെക്കണം. ഇപ്പോ മുത്തശ്ശിയും.... ഇവരൊക്കെ എന്നോട് കോപിക്കില്ലേ.... തൊട്ടപ്പുറത്ത് ബന്ധുക്കളൊക്കെയുണ്ടല്ലോ. ഈ വീടുവിട്ട് ഞാനെങ്ങോട്ടുമില്ല...."

അമ്മയുടെ ഉറച്ച തീരുമാനത്തിനു മുമ്പിൽ ആന്റിയും തോൽവി സമ്മതിച്ചു.

ഒരു കണക്കിന് അമ്മ പറയുന്നതാണ് ശരി. കഴിഞ്ഞുകൂടാൻ അച്ഛന്റെ പെൻഷനുണ്ട്. പിന്നെ പറമ്പിൽനിന്നും അല്പം വരുമാനവുമുണ്ട്. അമ്മ ഇനിമുതൽ ഒറ്റയ്ക്കാണല്ലോ എന്ന ചിന്തയാണ് നന്ദുവിനെ അസ്വസ്ഥനാക്കിയത്.

പതുക്കെ അതും ശീലമായിക്കൊള്ളും.... അവൻ അവനെ സമാധാനിപ്പിച്ചു.

"പഠനത്തിന്റെ കാര്യത്തിൽ കുറച്ചുകൂടി ശ്രദ്ധിക്കണം. ഹൈസ്കൂളിലേക്ക് കടന്നിരിക്കുകയാണ് നീ...." പോരുമ്പോൾ അമ്മ പറഞ്ഞ വാക്കുകൾ അവനോർമ്മ വന്നു.

* * *

രാത്രി, സമയമേറെയായിക്കാണും.

ആരുടെയോ പൊട്ടിച്ചിരിയാണ് അവനെ ഉണർത്തിയത്. എഴുന്നേറ്റ് ലൈറ്റിട്ടു.

അവൻ ആദ്യം ഒന്നു ഞെട്ടി. കിടപ്പുമുറിയുടെ മൂലയ്ക്കായി കണ്ടൻ ഇരിക്കുന്നുണ്ടായിരുന്നു.

"എന്തിനാ ചിരിച്ചത്..." നന്ദു ചോദിച്ചു.

"അല്ല.... ഞാനോർക്കുകയായിരുന്നു.... എന്റെ കഥയുടെ മർമ്മം കേൾക്കാൻ നിനക്ക് താല്പര്യമില്ലാതായല്ലോ എന്ന്...."

നന്ദു ഒന്നും മിണ്ടിയില്ല.

കണ്ടനെക്കുറിച്ച് ഓർത്തില്ല എന്നത് നേരാണ്. അതൊരു കുറ്റമല്ല. സാഹചര്യം അങ്ങനെയായതു കൊണ്ടല്ലേ.

"മുത്തശ്ശിയുടെ മരണം...."

"ഒക്കെ എനിക്കറിയാം..... നന്ദൂ.... കഥയുടെ അവസാന ഭാഗത്താണ് നമ്മളുള്ളത്. ഈ ഭാഗം കൂടിപറഞ്ഞാൽ എനിക്കൊരു സമാധാനം തോന്നും. കഥ അവസാനിച്ച സമാധാനം നിനക്കും..." കണ്ടന്റെ നേർത്ത പൊട്ടിച്ചിരി അവിടെങ്ങും നിറഞ്ഞു.

ഒമ്പതാം ദിവസത്തെ കഥ

കരുതലോടെയായിരുന്നു കണ്ടന്റെയും സുഹൃത്തുക്കളുടെയും നീക്കങ്ങൾ....

ഏത് നിമിഷവും കണ്ടനു നേരെ ഒരു വായ്ത്തല നീണ്ടു വരും എന്നവർ കരുതി.

പണിക്കായി വന്നവർ രണ്ടുപേരും ബുദ്ധികുറഞ്ഞവരായത് ഒരു കണക്കിന് ഭാഗ്യമായി എന്നുവേണം പറയാൻ. കണ്ടനെ എങ്ങനെ കൊല്ലണം എന്നതിനെക്കുറിച്ച് ഓരോ ദിവസവും അവരിരുവരും അടക്കിപ്പിടിച്ചു സംസാരിക്കാറുണ്ടായിരുന്നു.

അതിൽനിന്നും പിടിച്ചെടുത്ത വിവരമാണ് ചിണ്ടന് കിട്ടിയത്.

ഇന്ന് നല്ല ദിവസമായി അവർ കണക്കാക്കുന്നു. കണ്ടനെ കൊല്ലാനായി അവർ കണ്ടുവെച്ച മാർഗ്ഗമാണ് വിചിത്രം....

കണ്ടന്റെ ഭക്ഷണത്തിൽ വിഷപ്പൊടി വിതറുക. അവർ മനസ്സിലാക്കിയ വിവരം കണ്ടൻ രാത്രി വളരെ വൈകിയാണ് ഉറങ്ങാൻ കിടക്കുക എന്നുള്ളതായിരുന്നു. ഉറങ്ങുന്നതിനു തൊട്ടു മുമ്പാണ് കണ്ടന്റെ അത്താഴം. ഒരു വലിയ പാത്രത്തിൽ ചൂടാറ്റിയ കഞ്ഞി. അതിനു തൊട്ടുകൂട്ടാൻ കാന്താരി അരച്ച ചമ്മന്തിയും കനലിൽ ചുട്ടെടുത്ത രണ്ട് പപ്പടവും.

ഒന്നാമൻ വിഷപ്പൊടി വിതറാനായി ഷെഡ്ഡിനകത്ത് കയറാൻ തയ്യാറായി. രണ്ടാമൻ പുറത്ത് കാവൽ നില്ക്കാനും.

നല്ല നിലാവുള്ള രാത്രിയായിരുന്നു അത്. സമയം പാതിര കഴിഞ്ഞുകാണും. കണ്ടനും സുഹൃത്തുക്കളും വട്ടംകൂടി സംസാരിച്ചുകൊണ്ടിരുന്നു, പലതും. ചില തമാശകൾ അന്യോന്യം പറഞ്ഞ് പൊട്ടിച്ചിരിച്ചു. ചിലർ നാടൻ പാട്ടിന്റെ മുറിശീലുകൾ പാടി.

ഇതിനിടയിൽ രണ്ടുപേർ അക്കൂട്ടത്തിൽനിന്ന് മുങ്ങിയത് അവർ മനസ്സിലാക്കിയിരുന്നു.

നിലാവിൽ നിലത്തിഴയുന്ന രണ്ട് മനുഷ്യരുടെ നിഴലുകൾ പതുക്കെ നീങ്ങി.

അടക്കിപ്പിടിച്ച സംസാരം മുളങ്കൂട്ടങ്ങളുടെ മർമ്മര ശബ്ദത്തിൽ മുങ്ങിപ്പോയി.

അവരിലൊരാൾ ഷെഡ്ഡിനകത്തേക്ക് പതുക്കെ കടന്നു. വാതിൽ പഴയപോലെ ശബ്ദമുണ്ടാക്കാതെ ചാരിവെച്ചു. രണ്ടാമൻ, അല്പമകലെയായി വട്ടമിട്ടിരിക്കുന്നവരുടെ നീക്കങ്ങളറിയാവുന്നവിധത്തിൽ കുറ്റിക്കാട്ടിൽ പതുങ്ങിയിരുന്നു.

പെട്ടെന്ന് ഷെഡ്ഡിനുള്ളിൽനിന്ന് അടിയുടെ 'ചടപടാ' ശബ്ദമുയർന്നു. പുറത്തു കാവൽ നിന്നിരുന്നവനും ആളറിയാത്തവിധം തല്ല് കിട്ടി.

രണ്ടുപേരെയും നന്നായി മർദ്ദിച്ചിരുന്നു. കടവായിൽനിന്നും ചോര ഒഴുകുന്നമട്ടിൽ കയറുകൊണ്ട് ഒരു തെങ്ങോട് വരിഞ്ഞു കെട്ടിയിട്ടു രണ്ടുപേരെയും.

ചിണ്ടൻ അവരോട് ചോദിച്ചു.

“എത്ര തരാന്ന് പറഞ്ഞു.... അവര്?”

“ആയിരം ഉറുപ്യ....”

രണ്ടുപേരും ഒരുമിച്ചു പറഞ്ഞു.

“പണം കിട്ട്യാ.... നീയൊക്കെ സ്വന്തം അച്ഛനമ്മയെയും പിടിച്ചു കൊടുക്കും അല്ലേടാ.....”

രണ്ടുപേരും അപരാധത്തോടെ തലകുനിച്ചു. അവരെ പിറ്റേന്നുതന്നെ പറഞ്ഞുവിട്ടു.

അതോടെ ജന്മിമാരുടെ പക ഇരട്ടിച്ചു. നേരിട്ടുള്ള ഒരാക്രമണത്തിനു തന്നെയാണ് പിന്നീടവർ കോപ്പുകൂട്ടിയത്. രണ്ട് കാരണങ്ങളായിരുന്നു. ഒന്ന്, കണ്ടന്റെ നേതൃത്വത്തിലുള്ള ഈ സംഘം പാട്ടകൃഷിയിൽ വിജയിച്ചാൽ അവരെ പിന്നീട് ജോലിക്ക് കിട്ടുക പ്രയാസമാകും.

രണ്ട്, കണ്ടനിൽ വിശ്വാസം വന്നു കഴിഞ്ഞ സ്ഥിതിക്ക് അയാൾ ഇല്ലാതാകുന്നതോടെ അവർ ഒറ്റപ്പെടും.

കണ്ടനെ കൊല്ലാനായി അവർ തെരഞ്ഞെടുത്തത് അത്യന്തം ഹീനമായ ഒരു മാർഗ്ഗമായിരുന്നു.

തികച്ചും ക്രൂരമായ ഒരു പദ്ധതി. കണ്ടന്റെ ശബ്ദം ദുർബ്ബലമായി.

നന്ദു ശ്വാസംവിടാതെ കണ്ടനെ നോക്കിനിന്നു.

“അതിൽ ഞാൻ പരാജയപ്പെട്ടുപോയി നന്ദൂ....”

കണ്ടൻ പിറുപിറുത്തു.

15

പരിസമാപ്തി

കഥയുടെ അവസാനഭാഗം കേൾക്കാനുള്ള ജിജ്ഞാസയായിരുന്നു നന്ദുവിന്. കണ്ടൻ നല്കിയ സൂചനകൾ പ്രകാരം ഇന്ന് രാത്രി കഥയുടെ ക്ലൈമാക്സ് അറിയാം.

ക്ലാസിലിരുന്നിട്ടും അവന് കോൺസൺട്രേഷൻ ലഭിച്ചില്ല. കണ്ടന്റെ ത്യാഗപൂർണ്ണമായ കഥ അവസാനിക്കുകയാണ്. എങ്ങനെയായിരിക്കും അതിന്റെ പര്യവസാനം. ആരായിരിക്കും കണ്ടനെ വകവരുത്തിയത്?

സ്കൂൾ വിട്ടുവന്ന ഉടൻ അവൻ അടുക്കളയിലേക്കുചെന്നു. അവന്തിക ഒരു കുഞ്ഞിപ്പലകയിലിരുന്ന് ഇലയട തിന്നുകയാണ്. അവളുടെ തീറ്റി നോക്കിക്കൊണ്ട്, ഒരു കൈയിൽ ചായഗ്ലാസുമായി ആന്റിയുമിരിപ്പുണ്ട്.

"ആന്റീ.... ഇന്ന് ഗിരീഷങ്കിൾ നേരത്തേ വരുമോ?"

നന്ദുവിന്റെ ചോദ്യംകേട്ട് ആന്റി പുഞ്ചിരിയോടെ തലയുയർത്തി.

"എന്താ.... ഇന്ന് എവിടെയെങ്കിലും പോകാൻ വല്ല പ്ലാനുമുണ്ടോ..."

"ഏയ് ഇല്ല.... വെറുതെ ചോദിച്ചതാ...."

"അതല്ലല്ലോ.... എന്തോ ഒരു തിടുക്കം കണ്ണുകളിലുണ്ടല്ലോ. ഇനി ആന്റിയറിയാതെ വല്ല യാത്രയും പ്ലാൻ ചെയ്തിട്ടുണ്ടോ

രണ്ടുപേരും.”

“അതൊന്നുമില്ലെന്നേയ്.... വെറുതെ ഒരു കുശലം....”

“പോട്ടെ മോനേ....” ആന്റി അവനായി ഒരു ഗ്ലാസ് ചായ എടുത്തു കൊടുത്തു. പ്ലേറ്റിൽ ഇലയടയും.

അവൻ ചായ അല്പാല്പം മൊത്തിക്കുടിച്ചു. ഇലയട കൈയിലെടുത്ത് അത് തിന്നുകൊണ്ട് അവൻ എഴുന്നേറ്റു.

അപ്പോഴേക്കും അവന്തിക കരച്ചിൽ തുടങ്ങി. അവളെ എടുത്ത് ഒന്നുരണ്ടുവട്ടം വട്ടംകറക്കി താഴെവെച്ചു. അവൾ തെളിമയോടെ ചിരിച്ചു.

സാഹചര്യങ്ങൾ തനിക്ക് അനുകൂലമല്ലെന്നറിഞ്ഞിട്ടും അവൻ പരിശോധനാ റൂമിന്റെ വാതിൽ തുറന്ന് അകത്ത് കടന്നു.

പത്താംദിവസത്തെ കഥ

കണ്ടനെ വകവരുത്താനായി ദൂരദേശത്തുനിന്നും കണ്ടെത്തിയ ഗുണ്ടകൾ മർദ്ദനമേറ്റ് തിരിച്ചുവന്നത് ജന്മികൾക്ക് ഒരു താക്കീതായിരുന്നു. കണ്ടന്റെയും കൂട്ടരുടെയും സംഘബലം അവരെ ഭയപ്പെടുത്തുക തന്നെ ചെയ്തു. ഏത് ആക്രമണങ്ങളും ചെറുക്കാവുന്ന തരത്തിലേക്ക് അടിയാളർക്ക് ശക്തി ലഭിച്ചിരിക്കുന്നു. ജന്മിമാർ കണക്കുകൂട്ടി.

അവരെ ഇനിയും കയറൂരി വിടുന്നത് ആത്മഹത്യാപരമായിരിക്കും. തോറ്റുകൊടുത്ത് നട്ടെല്ല് വളച്ചവർ എന്ന് തങ്ങളെ നാളത്തെ തലമുറ പരിഹസിക്കും.

ഇതിന് അറുതി വരുത്തുന്നത് എങ്ങനെ? അവർ തലപുകഞ്ഞ് ആലോചിച്ചു. അവസാനം അത്യന്തം ഹീനമായ ഒരു മാർഗ്ഗമാണ് അതിനായി അവർ തെരഞ്ഞെടുത്തത്.

രണ്ടുമൂന്നു ദിവസങ്ങൾക്കുശേഷമുള്ള ഒരു ബുധനാഴ്ച ദിവസം.

കണ്ടനും സുഹൃത്തുക്കളും വാഴയ്ക്ക് തടമെടുക്കുകയായിരുന്നു. നല്ല വണ്ണംവെച്ച വാഴത്തൈകൾ ആകർഷകമായി ഇല വിടർത്തിത്തുടങ്ങിയിരിക്കുന്നു. ഇനി അവയ്ക്ക് നല്ല വെള്ളം ലഭിക്കണം. കണ്ടൻ പാളയിൽ വെള്ളം മുക്കി തേവിത്തുടങ്ങി.

അതിനിടയിലാണ് കണ്ടന്റെ അമ്മ നല്ലപെണ്ണ് ഓടിക്കിതച്ചു

കൊണ്ട് വന്നത്.

"മോനേ... കണ്ടാ...."

കണ്ടൻ വെള്ളം തേവുന്നത് നിർത്തി അമ്മയ്ക്കരികിലേക്ക് ചെന്നു.

"തമ്പുരാന്റെ പയ്യ് ആ ചാണോക്കുഴീല് വീണുപോയി മോനേ.... അതിനെ ഒന്ന് കരയ്ക്ക് കേറ്റാൻ അവരെക്കൊണ്ട് കഴീന്നില്ല. ഒന്നുപോയി ആ നാക്കാലീനെ കേറ്റിക്കൊടുക്ക്...."

ഒന്നു മിണ്ടാൻപോലും കഴിയാത്ത, നിസ്സഹായതയോടെ ആ നാൽക്കാലി വിസർജ്ജ്യത്തിൽ മുങ്ങിത്താഴുന്നത് കണ്ടന്റെ മനസ്സിൽതെളിഞ്ഞു. കൂടെ അമ്മയുടെ പരിഭ്രാന്തി നിറഞ്ഞ മുഖവും....

കണ്ടൻ മറിച്ചൊന്നും ചിന്തിച്ചില്ല. ഒറ്റയോട്ടത്തിന് ഇല്ലപ്പറമ്പിലെത്തി.

പതിനാറോളം പശുക്കളെ കെട്ടുന്ന വിശാലമായ തൊഴുത്ത്. അതിനു പുറകിൽ ചാണകം ജൈവവളമാക്കി മാറ്റുന്ന, കൊച്ചുകുളത്തോളം വിസ്തൃതിയുള്ള ചാണകക്കുഴി. ആ കുഴിയിൽ കിടന്നുപുളയ്ക്കുകയാണ് ഒരു പശു. അതിന്റെ കഴുത്തറ്റംവരെ ചാണകത്തിൽ പൂണ്ടു പോയിരിക്കുന്നു. കൊമ്പിനുമുകളിൽ കാര്യസ്ഥന്മാർ എറിഞ്ഞ വടമുള്ളതു കാരണം തീർത്തും താഴ്ന്നുപോയിട്ടില്ലെന്നു മാത്രം.

കണ്ടൻ പെട്ടെന്നുതന്നെ ചുറ്റുവട്ടത്തും പരതി.

വലിയൊരു കവുങ്ങിൻക്കഷണം അല്പമകലെ കിടക്കുന്നുണ്ടായിരുന്നു. അത് ചാണകക്കുഴിക്കു കുറുകെയിട്ടു. എന്നിട്ട് അതിനു മുകളിലൂടെ നടന്ന് പശുവിന്റെ അരികിലെത്തി.

മരണം മുമ്പിൽക്കണ്ട പരിഭ്രാന്തിയുണ്ടായിരുന്നു അതിന്റെ കണ്ണുകളിൽ. കണ്ടൻ അതിന്റെ താടി പിടിച്ച് പതുക്കെ പറഞ്ഞു. "പേടിക്കേണ്ടെടീ.... നിനക്കൊന്നും പറ്റൂല...."

അത് കേട്ടിട്ടുള്ള സമാധാനംകൊണ്ടാകണം പശു കണ്ടനിൽ വിശ്വാസമർപ്പിച്ചിട്ടെന്നപോലെ കൈകാലിട്ടടിക്കൽ നിറുത്തി.

കണ്ടൻ ഒരു കയർ ആവശ്യപ്പെട്ടു. ആരോ പോയി ഉടൻ തന്നെ കയർ കൊണ്ടുവന്നു.

പശുവിന്റെ പിൻകാലുകളും വയറും കയറുകൊണ്ടു വരിഞ്ഞതിനുശേഷം അത് കുരുങ്ങിപ്പോകാതിരിക്കാൻ ഒരു പ്രത്യേക

കുരുക്കുകൂടി അതിൻമേലിട്ടു. അതിനുശേഷം തൊട്ടടുത്തുണ്ടായിരുന്ന ബലമുള്ള ഒരു മാവിന്റെ ചില്ലയ്ക്കുമുകളിലേക്ക് കണ്ടൻ കയറിന്റെ മറ്റേയറ്റം എറിഞ്ഞു. ഒരു കപ്പികൊണ്ടുവന്ന് ആ കപ്പിയിൽ കയറിട്ടശേഷം പതിയെ വലിക്കാനായി കണ്ടൻ കാര്യസ്ഥന്മാരെ ചട്ടംകെട്ടി.

അല്പസമയത്തെ കഠിന പരിശ്രമത്തിനുശേഷം പശു കരയ്ക്കുകയറി.

അത് വെപ്രാളത്തോടെ ഒരു വലിയ ശബ്ദം പുറപ്പെടുവിച്ചു. അകലെ നിന്നിരുന്ന അന്തർജ്ജനങ്ങൾ ആഹ്ലാദത്തോടെ ഒച്ചവച്ചു.

കണ്ടന്റെ മനസ്സിൽ, ഒരു സാധുജീവൻ രക്ഷിക്കാനായതിലുള്ള സന്തോഷം തുടികൊട്ടി.

അപ്പോഴാണ് ആരോ ഒരു പാത്രം മോരുവെള്ളം കണ്ടന് കൊണ്ടുപോയിക്കൊടുത്തത്.

പാവം കണ്ടൻ....

അപ്പോഴത്തെ വിശപ്പിലും തളർച്ചയിലും അത് വാങ്ങി ഒറ്റ വലിക്ക് കുടിച്ചു.

അല്പസമയത്തിനകം കണ്ടന് കാര്യം ബോദ്ധ്യപ്പെട്ടു. തല കറങ്ങി. അയാൾ താഴെ വീണു.

ചുറ്റുവട്ടത്തുനിന്നും വടങ്ങളും കയറുകളുമായി ആരൊക്കെയോ അയാളെ വളഞ്ഞു. ശരീരം അനങ്ങാൻ കഴിയാത്ത വിധം തളർന്നു പോയിരുന്നു. മണിക്കൂറുകൾ കഴിഞ്ഞു. നേരം ഇരുണ്ടു.

കണ്ടന് നല്ല ബോധമുണ്ടായിരുന്നു. ശരീരം കയറുകൊണ്ട് വരിഞ്ഞുമുറുക്കപ്പെടുമ്പോൾ ഒരു ജീവൻ രക്ഷപ്പെടുത്തിയ അതേ കയർ മറ്റൊരു ജീവൻ ഇല്ലാതാക്കാൻ വേണ്ടി ഉപയോഗിക്കുന്നു!

സ്വന്തം ജീവനുവേണ്ടി ഒരു മിണ്ടാപ്രാണി കൈകാലിട്ടടിച്ചു പുളഞ്ഞ അതേ ചാണകക്കുഴിയിലേക്ക് ജീവനുള്ള ഒരു മനുഷ്യശരീരം താഴ്ന്നു താഴ്ന്നു പോയി.

നന്ദുവിന്റെ കണ്ണിൽനിന്നും കണ്ണീർ ഒഴുകിക്കൊണ്ടിരുന്നു. ഗദ്ഗദത്തോടെ അവൻ കണ്ടനെ നോക്കിനിന്നു.

കണ്ടൻ, അക്ഷോഭ്യനായി എഴുന്നേറ്റു. ദൂരെ റോഡിലേക്കു നോക്കി. പതുക്കെ പിറുപിറുത്തു.

“ഇതിലും വലിയ ചതി ലോകത്തുണ്ടാകുമോ.... നന്ദൂ.... ഏതെങ്കിലും ചരിത്രത്തിൽ.... നാൽക്കാലിയുടെ ജീവൻ രക്ഷപ്പെടുത്താൻ വന്ന മനുഷ്യനെ ആ നാൽക്കാലിക്ക് കൊടുത്ത പരിഗണനപോലും നല്കാതെ വിസർജ്ജ്യത്തിൽ മുക്കിക്കൊന്ന കഥ....”

നന്ദു അവിശ്വസനീയതയോടെ കണ്ടനെ നോക്കി.

“പുതിയ ചരിത്രം നിർമ്മിക്കുന്നത് നിന്നെപ്പോലുള്ള മിടുക്കൻ കുട്ടികളാണ്. നീയിത് ലോകത്തോട് വിളിച്ചുപറയണം.... കേട്ടല്ലോ....”

നന്ദു തലകുനിച്ചു. അപ്പോൾ തന്റെ തലയിലൂടെ കണ്ടന്റെ വിരലുകൾ അനുഗ്രഹസ്പർശമായി സഞ്ചരിക്കുന്നത് അവനറിഞ്ഞു. അവൻ പതുക്കെ മുഖമുയർത്തി.

കണ്ടനെ കണ്ടില്ല! ങ്ഹേ.... കണ്ടനെവിടെപ്പോയി?

ചില്ലുകൂട്ടിൽ, പഴയ അസ്ഥികൂടത്തിന്റെ താടിയെല്ല് ഇളകുന്നുണ്ടായിരുന്നു! ശക്തിയോടെ.....

പെട്ടെന്ന് ആരോ വാതിലിൽ മുട്ടുന്ന ശബ്ദം ഭീതിയോടെ അവനെ ഉണർത്തി.

അവൻ ഓടിപ്പോയി വാതിൽ തുറന്നു. ഗിരീഷങ്കിൾ വിസ്മയത്തോടെ നന്ദുവിനെ നോക്കി.

"നീയിതിനുള്ളിൽ എന്തെടുക്കുകയായിരുന്നു...." നന്ദു ഒന്നും മിണ്ടിയില്ല.

അപ്പോഴാണ് അവന്റെ കവിളിലൂടെ ഒഴുകിയിറങ്ങിയ കണ്ണീർ ഗിരീഷങ്കിൾ ശ്രദ്ധിച്ചത്.

അവന്റെ താടി പിടിച്ചുയർത്തി. ഗിരീഷങ്കിൾ വീണ്ടും ചോദിച്ചു. അല്പം ശബ്ദമുയർത്തിക്കൊണ്ട്....

"പറയെടാ.... നന്ദൂ..... നീയെന്തിനാ കരയുന്നത്?"

നന്ദു ഗിരീഷങ്കിളിന്റെ കൈക്കുപിടിച്ച് ആ അസ്ഥികൂടമുണ്ടായിരുന്ന ചില്ലുകൂട്ടിനരികിലെത്തി.

അപ്പോൾ അസ്ഥികൂടത്തിന്റെ താടിയെല്ലുകൾ ഇളകുന്നുണ്ടായിരുന്നില്ല.

"എന്താ നന്ദൂട്ടാ.... ഇത് സ്കെൽട്ടനല്ലേ.... നമ്മുടെ ബോഡിയുടെ യഥാർത്ഥ സ്ട്രക്ച്ചർ...."

അസ്ഥികൂടത്തെ ചൂണ്ടി നന്ദു ഗദ്ഗദത്തോടെ പറഞ്ഞു. "ഇത് വെറും സ്കെൽട്ടനല്ല ഗിരീഷങ്കിൾ.... ഇത്.... കണ്ടനാ.... കണ്ടൻ...."

"കണ്ടനോ...." ഗിരീഷേട്ടൻ അമ്പരപ്പോടെ നന്ദുവിനെ നോക്കി.

പിന്നെ എന്തോ ഓർത്ത് അവന്റെ നെറ്റിക്കു മുകളിൽ കൈവെച്ചു.

"ഈശ്വരാ...."

അവന്റെ നെറ്റി ചുട്ടുപൊള്ളുന്നുണ്ടായിരുന്നു.